AF833065

प्रिय समू (समृद्धी)

माझ्या पत्रकारितेत पुस्तक म्हणजे नवा श्रीगणेशा आहे...

ह्यातील हे पुष्प तुलाच समर्पित बेटा!

सदैव माझ्या पाठीशी नव्हे, तर माझ्यासोबत असणारी तुझी साथ

मला नेहमीच खंबीर वाटते!

सकाळ प्रकाशन

दिलखुलास

संवाद बॉलिवूडमधल्या जुन्या-नव्या कलाकारांशी!

पूजा सामंत

मुलाखतकार, पत्रकार, लेखिका

लेखनावर आणि माणसांवर मनापासून प्रेम करणाऱ्या पूजा सामंत यांची पत्रकारितेतील कारकिर्द जवळपास चार दशकांची आहे. प्रिंट आणि इलेक्ट्रॉनिक माध्यमांमध्ये काम करणाऱ्या पूजा यांनी मराठी, हिंदी आणि इंग्लिश या तिन्ही भाषांमधून लेखन केले आहे.

बालपणापासूनच लेखनाची आवड जोपासणाऱ्या पूजा मुंबईच्या प्रख्यात रुपारेल कॉलेजच्या कॉमर्स शाखेच्या विद्यार्थिनी. कॉलेजच्या हाऊस मॅगझिनमधील त्यांच्या लेखनाचे प्राध्यापकांना विशेष कौतुक असे. आपल्या लेकीमध्ये लेखनाची आवड आहे हे त्यांच्या वडिलांना जाणवले आणि तिने 'लेखन' हे आपले कार्यक्षेत्र म्हणून निवडावे असे त्यांनी सुचवल्यावर पूजा यांचा निश्चय त्या टप्प्यावरच पक्का झाला.

पूजा यांचा १९८२पासून सुरू झालेला पत्रकारितेतील प्रवास विविधांगी आहे. दैनिके, साप्ताहिके, मासिके, आकाशवाणी, दूरदर्शन, विविध दूरचित्रवाणी वाहिन्या, भाषांतर, निवेदन, मुलाखती अशा वेगवेगळ्या क्षेत्रांतील अनुभव त्यांच्याकडे आहेत.

'तनिष्का', 'चित्रलेखा', 'साप्ताहिक सकाळ', 'युवा सकाळ', 'श्री', 'लोकप्रभा' अशा मराठीतील सर्वच महत्त्वाच्या नियतकालिकांमध्ये; आणि 'मुंबई सकाळ', 'लोकसत्ता', 'महाराष्ट्र टाइम्स' या दैनिकांमध्ये त्यांनी लेखन केले आहे.

हिंदीतील 'मेरी सहेली', 'अमर उजाला', 'नवभारत टाइम्स', 'फिल्मसिटी', 'दैनिक जागरण', 'जागरण सखी' (लाइफ स्टाईल मासिक), 'वनिता' या नियतकालिकांमध्ये त्यांनी सातत्याने लेखन केले आहे. 'SCREEN' आणि 'DELHI DESIRE' यांच्यासाठी इंग्लिशमधूनही लिहिले आहे.

'जागरण सखी'च्या मुंबई ब्यूरो प्रमुख म्हणून नऊ वर्षे, तर लोकमत वृत्त समूहात सिनियर ब्युरो चीफ (एंटरटेनमेंट) म्हणून तीन वर्षे काम केले आहे.

प्रिंट मीडियामधून इलेक्ट्रॉनिक मीडियामध्ये काम करणे पूजा यांना सहज जमले. झी टीव्हीच्या 'गॅलक्सी' शोची संपूर्ण जबाबदारी पूजा यांच्याकडे होती. प्रसिद्ध बॉलिवूड कलाकार, गायक, मान्यवर दिग्दर्शक यांच्या मुलाखती घेण्याबरोबरच, रिसर्च, को-ऑर्डिनेशन, स्क्रिप्ट, अँकर शूट, एडिटिंग अशा विविध स्वरूपाचे काम त्यांनी केले होते.

झी मराठीसाठी (तेव्हाचे 'अल्फा मराठी'!) सिने न्यूज हे अर्ध्या तासाचे न्यूज बुलेटिन करतानाही अशाच सर्व जबाबदाऱ्या त्यांनी पार पडल्या.

याशिवाय, 'झी'च्या 'गदर-एक प्रेमकथा' (मेकिंग) या सिनेमाच्या निर्मितीत, संशोधन, मुलाखती, स्क्रिप्ट अशा वेगवेगळ्या टप्प्यांवर पूजा यांचा सहभाग होता.

'दूरदर्शन मेट्रो'साठी 'रोजाना' आणि 'खबरे बॉलिवूड की' हे शो त्यांनी तीन वर्षे केले. शिवाय ऑल इंडिया रेडिओवरील 'वनिता मंडळ'साठी मुलाखतकार म्हणूनही काम केले आहे.

'७ सूत्रं : प्रवास-कर्मचारी ते मालक होण्याचा...' यासह इतर काही पुस्तकांचे आणि अनेक लेखांचे भाषांतरही केले आहे.

मुलाखती, लेखन हे नेहमीचे काम करता-करता पूजा सामंत सध्या त्यांचे चार दशकांतील निवडक लेखन पुस्तकरूपात संकलित करत आहेत. 'दिलखुलास'सह त्यांचे 'शेफ्स डायरी' हे पुस्तकही प्रकाशित झाले आहे. या सर्व कामांबरोबर त्या एका गोंडस बाळाच्या आजीपणाचा आनंदही घेत आहेत.

दिलखुलास

संवाद बॉलिवूडमधल्या जुन्या-नव्या कलाकारांशी!

पूजा सामंत

सकाळ प्रकाशन

Dilkhulas
Samwad Bollywoodmadhlya Junya-Navya Kalakaranshi!

दिलखुलास

संवाद बॉलिवूडमधल्या जुन्या-नव्या कलाकारांशी!

प्रथम आवृत्ती : फेब्रुवारी, २०२२
मुखपृष्ठ, मुद्रितशोधन व मांडणी : यशोधन लोवलेकर
प्रकाशक : सकाळ मीडिया प्रा. लि.
५९५, बुधवार पेठ,
पुणे ४११ ००२

ISBN : 978-93-89834-77-2
संपर्क : ०२०-२४४० ५६७८ / ८८८८८ ४९०५०
sakalprakashan@esakal.com

प्रस्तावना

सिनेपत्रकार पूजा सामंत यांनी 'सकाळ' समूहाच्या 'साप्ताहिक सकाळ' आणि 'तनिष्का' या अंकांसाठी माझी मुलाखत घेतली होती. त्यांच्याशी माझा परिचय किमान दहा-बारा वर्षांपूर्वीचा! त्या मराठी आणि हिंदी भाषांत सातत्याने लिहितात हे मी पाहिले आहे. मी इंग्रजीत लिहिते म्हणून असेल कदाचित, पण उत्तम मराठी बोलणे आणि मराठीत लिहिणे हे मराठी माझी मातृभाषा असूनही मला सोपं वाटत नाही. अलीकडे तर अस्खलीत मराठी बोलण्याचा-लिहिण्याचा सराव राहिला नाही.

पूजा सामंत यांनी फिल्मी व्यक्तिमत्त्वांच्या घेतलेल्या मुलाखतींवर 'दिलखुलास' पुस्तकासाठी मी प्रस्तावना लिहावी असं सांगताच मी तसा वेळ घेत त्यांनी लिहिलेल्या मुलाखती अगदी सावकाश वाचल्या, आणि तेव्हा जाणवलं या मुलाखतींमागचं वेगळेपण... पडद्यावर प्रत्येक भूमिकेत दिसणारे कलाकार इथे, या पुस्तकात तुमच्यासमोर तुमच्यापैकीच एक होऊन जातात. पुस्तक ओघवत्या शैलीत तर आहेच, शिवाय कलाकारांना कुठलाही मुलामा चढवलेला नाही, हे या पुस्तकाचं आणखी एक ठळक वैशिष्ट्य. सगळ्या मुलाखती खूप पारदर्शी, मनाला भिडणाऱ्या आहेत.

पूजा सामंत यांनी किमान ३५ वर्षे मनोरंजन क्षेत्रात पत्रकारिता केल्याचा परिपाक म्हणजे 'दिलखुलास' हे पुस्तक! अगदी प्रत्येकाला आवडेल असेच हे पुस्तक आहे. पूजा सामंत यांनी अशीच उत्तम पुस्तकं लिहावीत, अशा शुभेच्छा आणि सदिच्छा!

शोभा डे
मुंबई, कफ परेड
१९ जानेवारी, २०२२

दिलखुलास गप्पा मान्यवरांशी

'बदल' हाच कायमस्वरूपी असतो असं म्हणतात. प्रत्येक क्षेत्रात काळाप्रमाणे बदल घडतच असतात. मग दर दिवशी जिथं नवनवे तारे-तारका उदयास येतात, ते चित्रपटविश्व तरी याला अपवाद कसं असेल? सातत्यानं होणाऱ्या तांत्रिक बदलांबरोबरच चित्रपटसृष्टीत नव्या कलाकारांची भरही सातत्यानं पडत असते. जे गुणवंत आणि नशीबवान असतात, त्यांना पुढे वाव मिळतो. एके काळी प्रसिद्धीच्या शिखरावर असणारे जुने, जाणते कलाकार कालौघात हळूहळू मागे पडतात. त्यातले काही आपणहून 'बॅकसीट' घेतात, तर काहींना अनेक कारणांनी ती घ्यावी लागते.

अशाच काही कलावंतांना आपण या पुस्तकात भेटणार आहोत. उमेदीच्या काळात रुपेरी पडदा गाजवलेले हे कलाकार! त्यातले काही आता मोजक्याच भूमिका करत आहेत, तर काहींनी इतर गोष्टींमध्ये आनंद शोधला आहे. आयुष्याकडे मागे वळून बघताना काय वाटतं त्यांना, हे जाणून घेण्याचा प्रयत्न केला आहे त्यांच्याशी झालेल्या 'दिलखुलास' गप्पांमधून...

– पूजा सामंत

अनुक्रमणिका

अभिनयसम्राट

अमिताभ बच्चन

अमिताभ बच्चन या साडेसात अक्षरी नावाने गेली पन्नास वर्षं भारतीय रसिकांच्या मनावर केलेलं गारूड आता त्यांच्या वयाच्या ७९व्या वर्षीदेखील उतरण्याचे जराही संकेत नाहीत! उलट त्यांचा करिष्मा चंद्रकलेप्रमाणे वाढतच गेलेला दिसतो! हा महानायक दिवसाचे अठरा तास कामात व्यग्र असतो; आणि तितकाच सक्रिय दिसतो सोशल मीडियावरही! अनेक नव्या चित्रपटांचे करार त्याच्या जगण्याला नवा अर्थ, नवी उमेद प्राप्त करून देताहेत! भारतीय चित्रपटसृष्टीतले जुने-जाणते कलाकार असोत अथवा नवोदित, प्रत्येकाला त्यांच्या सोबत 'स्क्रीन'वर किमान एकदा तरी झळकण्याची सुप्त मनीषा असतेच! 'झाले बहु, होतील बहु, परंतु यासम हाच' हे अमिताभ बच्चन या जादुई व्यक्तिमत्त्वाकडे पाहून जाणवतं!

अमिताभ बच्चन यांच्यावरची अनेक पुस्तकं, साहित्य, त्यांच्या मुलाखती प्रकाशित झाल्या आहेत, पुढेही होतच राहतील... काही ना काही निमित्ताने त्यांच्याशी भेटी झाल्या; संवाद साधला गेला. त्यांपैकी एक संस्मरणीय भेट...

अमितजी, विधू विनोद चोप्रा निर्मित आणि बिजॉय नंबियार दिग्दर्शित 'वझीर' चित्रपटात तुम्ही अपंग व्यक्तीची भूमिका साकार केली आहे. कसा आणि किती वेगळा अनुभव होता हा?

पंतप्रधान नरेंद्र मोदी यांनी अपंग व्यक्तींसाठी 'दिव्यांग' अशी अधिक चांगली आणि सन्मानीय संज्ञा वापरली आहे! त्यामुळे मोदीजी यांच्याबद्दलचा माझा आदर अधिकच वाढलाय! माझ्या व्यक्तिरेखेचं नाव 'पंडितजी' होतं. हे काश्मिरी पंडितजी एका दुर्घटनेत सापडतात आणि त्यांचे दोन्ही पाय जायबंदी होतात! त्यामुळे संपूर्ण 'वझीर' चित्रपटात प्रेक्षकांना हे पंडितजी व्हीलचेअरवर बसलेले आढळतात! व्हीलचेअरवर फक्त शूटिंगदरम्यान बसूनच मला अनुभव आला की, 'दिव्यांग' व्यक्तीच्या जीवनात किती विदारक अडचणी उद्भवतात! पण आपल्या असहायतेचा बाऊ न करता, स्वावलंबनाचा मार्ग स्वीकारत ते आपल्या आयुष्याला सामोरे जातात! खचितच कौतुक आहे त्यांचं! आपल्याकडे नसलेल्या अवयवापेक्षा असलेल्या अवयवांचा आणि क्षमतांचा कुशलतेने उपयोग करत ते आनंदाने जगतात, हे सत्य मला नव्याने उमजलं 'वझीर'च्या निमित्याने!

'वझीर' एक थ्रिलर फिल्म आहे. यात नेमकं वेगळेपण काय, जे तुम्हाला भावलं?

पंडितजी, म्हणजे मी आणि एटीएस ऑफिसर (अँटी टेररिस्ट स्क्वॉड ऑफिसर) म्हणजे फरहान अख्तर! पंडितजी बुद्धिबळाच्या खेळात प्रवीण आहेत. जीवनाच्या एका टप्प्यावर हे दोन धुरंधर एकामेकांसमोर उभे ठाकतात, आणि निर्माण होतं एक अनपेक्षित नाट्य! 'वझीर'मध्येदेखील हा अँटी टेररिस्ट लीडर आणि पंडीतजी यांच्या वयांत, व्यवसायांत जमीन-अस्मानाचे अंतर आहे, पण तरीही एका चिवट अशा समान धाग्याने हे दोघे बांधले गेले आहेत!

अभिजात जोशी यांची कथा, विधू विनोद चोप्रांची निर्मिती आणि बिजॉय नंबियारचे दिग्दर्शन ही त्रिसूत्री मला भावली. माझी भूमिकाही मला अर्थात आवडली.

'लक्ष्य' सिनेमात फरहानच्या दिग्दर्शनात तुम्ही अभिनय केलात. त्याच फरहानसोबत तुम्ही सहकलाकार म्हणून 'वझीर' चित्रपट केलात! फरहानच्या आजवरच्या प्रवासाकडे कसं पाहता तुम्ही?

मला फरहान आठवतोय, तो अभिषेक-श्वेताच्या वाढदिवसांना वडील जावेद अख्तर यांचं बोट धरून 'प्रतीक्षा'मध्ये येणारा. अभिषेक आणि या सगळ्या मुलांची

दंगा मस्ती चालत असे! माझ्या डोळ्यांसमोर मोठी झालेली झोया आणि फरहान यांना पाहून मला त्यांच्या कर्तृत्वाचं नवल वाटतं. फरहान चतुरस्त्र बुद्धिमत्तेचा आहे. त्याच्यावर लेखन, अभिनय, दिग्दर्शन, संगीत, सगळ्याच कलांचा वरदहस्त आहे. कशातही कमी नाही. तो संगीत देतो, गातो, कविता लिहितो.

फरहानसह मी शूटिंग करतो, तेव्हा सगळ्या गतस्मृतींना उजाळा मिळतो. 'दिवार' चित्रपट करत असताना त्याचे लेखक जावेद अख्तर यांच्याशी गप्पा रंगत! गप्पांच्या ओघात ते त्यांचा संघर्ष काळ मला सांगत! मीदेखील सोसलेल्या संघर्षरूपी उन्हाच्या झळा त्यांना सांगत असे. कधीतरी आमच्या जीवनातले प्रसंग त्यांच्या लेखणीतून झिरपत असत.

'वझीर'चं खूपसं चित्रण दिल्लीत झालं. शूटिंगमधील ब्रेकच्या काळात वेळ मिळाला की, फरहानशी गप्पा करताना विषयांचा असा तुटवडा नव्हता!

आणि हो, 'वझीर'मध्ये नील नितीन मुकेश याचीदेखील एक प्रमुख भूमिका आहे. खरं तर तोच 'वझीर' आहे... नील नितीन मुकेशला पाहून मलाही माझे जुने दिवस आठवले. नीलचे आजोबा - स्वर्गीय गायक मुकेश माथुर यांनी माझ्यावर चित्रित झालेल्या कितीतरी गाण्यांना आपला स्वर दिला आहे... नीलला पाहिलं की, त्या स्मृतींचा काळ मन:पटलावर उमटू लागतो. आपले वडील - गायक नितीन मुकेश आणि आजोबा मुकेश माथुर यांच्याप्रमाणे नीलकडेदेखील गोड गळा आहे आणि राजबिंड्या रूपाची श्रीमंतीदेखील!

‘वझीर’मध्ये तुम्ही बुद्धिबळ खेळताना दाखवले गेले आहात. प्रत्यक्षात तुम्हाला बुद्धिबळ खेळण्यासाठी वेळ मिळतो का? वयाच्या ७९व्या वर्षी तुमची व्यग्रता प्रखरतेने जाणवते.

हाऽहाऽ, नहीं, देवी जी! माझ्या लहानपणी, म्हणजे कॉलेजजीवनापर्यंत मी बुद्धिबळ खेळलो. पूर्वी कधीतरी अजिताभसोबतही खेळलोय मी! त्या काळात आम्ही अलाहाबाद-दिल्लीला राहत असू. पण नंतर मी अभिनयात आल्यापासून बुद्धिबळाला रामराम ठोकावा लागला. कधीतरी याचं वैषम्य वाटतं! म्हणूनच मी अभिषेकला सांगतो की, आराध्यामध्ये कला-गुण असतील, तर त्यांचा विकास होण्यासाठी तिला सर्वतोपरी मदत कर आणि स्वत: त्यात भाग घे. कारण पित्याने मुलीचा मित्र व्हावं आणि तिच्या खेळात, जीवनाच्या प्रत्येक क्षणी सोबत असावं! माझ्या कारकिर्दीच्या घौडदौडीत मी माझ्या मुलांचं बालपण पाहू शकलो नाही, याची हळहळ, खंत मला कायम राहील!

जीवन की आपाधापी में यह सब लगा रहता हैं। पण हल्लीच ‘वझीर’चा एक खास शो विधू चोप्रा यांनी ठेवला होता. हा सिनेमा आणि माझा परफॉर्मन्स पाहून श्वेता आणि जया दोघींनी टाळ्या वाजवल्या. श्वेताने केलेलं माझं कौतुक माझ्यासाठी आजदेखील खूप महत्त्वाचं आहे.

शूटिंगच्या निमित्ताने आपण जगभर फिरलात, पण तरीही जगात आणखी कुठे भ्रमण करावंसं वाटतं?

बहुत सारे ऐसे देश हैं, जहाँ अभी हमें एक्सप्लोर करना बाकी हैं। चीन, जपान, आफ्रिका, जर्मनी, स्वीडन, नॉर्वे या देशांत भटकंती करण्याची खूप इच्छा आहे; कारण मी या देशांत अजून कधी गेलो नाही. कुटुंबही माझ्याइतकंच बिझी आहे. सहकुटुंब सहपरिवार जाण्याचा योग नसतोच सहसा...

जया मात्र जर्मनीला गेली होती, तेव्हा जर्मन नागरिकांनी तिला शाहरुख खानची आई म्हणून तिची स्वाक्षरी घेतली! जयाने हा किस्सा घरी आल्यावर ऐकवला आणि आम्ही सगळे अचंबित झालो! एकूणच, हिंदी सिनेमाची लोकप्रियता ग्लोबल झाली आहे, हे नक्की!

हल्ली मोठ्या बजेटच्या चित्रपटांचं यश किमान २००-३०० कोटी क्लबमध्ये मापलं जातं. तुमच्या मते यशाची व्याख्या काय? यशाच्या या नव्या व्याख्येत सर्जनशीलता दबून जात आहे, असं भासतं का तुम्हाला?

थांबला तो संपला! असं मला मनापासून वाटतं, कारण नव्या काळाप्रमाणे बदलायला हवं. मी नायक होतो, तेव्हा यशाची व्याख्या 'सिल्व्हर ज्युबिली', 'गोल्डन ज्युबिली' अशी नव्हती का? यशाचा हा मापदंड माझ्यासारख्या त्या पिढीतल्या लोकांनी नव्हता का स्वीकारला? त्यानंतर १०० दिवस, ५० दिवस असे नवे यशाचे मापदंड झाले. मग २००-३०० कोटी क्लबचा गल्ला ही यशाची नवी व्याख्या आपण का नाही स्वीकारायची?

सर्जनशीलता वाढतेय, कमी होत नाही असं मला प्रकर्षाने, ठामपणे म्हणायचंय. 'पीकू'सारखे नायिकाप्रधान सिनेमे, तरीही चरित्र भूमिका (अमिताभ) आणि नायकाची ठळक भूमिका ऐंशी-नव्वदच्या दशकात शक्य नव्हती! 'तलवार'सारखा कंटेम्परारी सिनेमा पाहा. अशी असंख्य उदारहणं आहेत. म्हणूनच मला नव्या युगाचे मेकर्स अधिक आवडू लागलेत! *कालाय तस्मै नमः।*

२०१६च्या आरंभीपासूनच तुम्ही अनेक नवनवीन चित्रपटांच्या शूटिंगमध्ये प्रचंड व्यग्र आहात. काय नवे?

हो, धावपळ खूप वाढलीये हे खरंय. झोप शरीराला अत्यावश्यक असते, म्हणून मी तीन-चार तास झोप घेतो. दिवसभर चित्रण, नव्या चित्रपटांचे करार, ॲडफिल्म्स, सामाजिक बांधिलकीची कामं आणि उरलेला वेळ कुटुंबासाठी देतो मी...

नवे चित्रपट म्हणाल तर, सुजॉय घोष ('कहानी' फेम) निर्मित आणि रिबू दासगुप्ता दिग्दर्शित 'तीन' (TEEN) हा चित्रपट मी केला. विद्या बालन, नवाजुद्दीन सिद्दिकीसारखे आजचे लोकप्रिय आणि नावाजलेले कलाकार माझ्यासोबत होते. आणि हो, यात मी लहान मुलासारखा सायकलवर बागडलोय! 'पीकू' चित्रपटातदेखील मला खूप वर्षांनी सायकल चालवण्याची संधी मिळाली होती! 'तीन'मध्ये मी स्कुटरदेखील चालवली, कॉलेजच्या युवकासारखी! खूप एन्जॉय केलं मी या चित्रपटाचं शूटिंग! मला तारुण्य लाभल्यासारखा फील दिला या सिनेमाने. दीपिका पदुकोण, इरफान खान या गुणी कलाकारांसोबत काम करण्याचा अनुभव वेगळाच!

'पीकू' सिनेमाचे दिग्दर्शक शुजित सरकार यांनी त्यांच्या नव्या सिनेमासाठी मला घेतलंय. अनिरुद्ध रॉय चौधरी सिनेमाचे दिग्दर्शक आहेत. या दोन्ही बंगाली

चित्रपटांच्या सेटअपमध्ये मला मी सासुरवाडीला जाऊन राहिल्याचा भास होतो. (जया बच्चन बंगाली आहेत!) फक्त मी 'माछेर झोल' (माशांचं कालवण) खाल्लं नाही, कारण मी शाकाहारी आहे! हावडा ब्रीजच्या काठावरदेखील चित्रण होतंय. एकूणच माझ्या जीवनाला हे दोन चित्रपट नवी झळाळी देऊन गेले!

'पा' चित्रपटाचे दिग्दर्शक आर. बाल्की यांच्या 'का अँड की' चित्रपटाची करीना कपूर खान आणि अर्जुन कपूर ही प्रमुख प्रणयी जोडी याचं मुख्य आकर्षण होतं, तरी जया आणि मी, आम्ही दोघांनी यात पाहुण्या कलाकारांची भूमिका केली होती.

नवे चित्रपट आणि नवे तरुण दिग्दर्शक हेच आता माझ्या आयुष्यात ऑक्सिजनची भूमिका पार पाडताहेत.

आणि हो! नव्वदच्या दशकात गाजलेल्या 'आंखे' या सिनेमाच्या सिक्वेलमध्येही मी आहे. 'दीवार' या गौरांग दोषी निर्मित नव्या चित्रपटातदेखील मी आहे. एकूणच २०१९ पर्यंतचं माझं वेळापत्रक खच्चून भरलेलं आहे. हो! पण असं समजू नका की मी झोपत नाही किंवा अपुरी झोप मिळते मला! दोन शॉटमध्ये लायटिंग होत असतं, ती १५-२० मिनिटंदेखील मला एक डुलकी घ्यायला पुरेशी असतात! मी पुन्हा ताजातवाना होतो, पण जया आणि अभिषेक माझ्या तब्येतीची नाहक काळजी करतात! *क्या आपको मैं चुस्त-दुरुस्त नही नजर आता?*

★★★★★

'स्टार' अभिनेता

शाहरुख खान

बॉलिवूडचा 'बादशाह', 'किंग खान', 'एसआरके', 'किंग ऑफ रोमान्स' अशी अनेक विशेषणं - बिरुदं असलेला शाहरुख खान दरवर्षी फार तर एकच सिनेमा करत असल्याने त्याच्या जगभरच्या चाहत्यांमध्ये त्याच्या सिनेमाबद्दल खूप उत्सुकता असतेच...
बँडस्टँडवरचा शाहरुखचा 'मन्नत' बंगला तर त्याच्या चाहत्यांसाठी आणि मुंबईत येणाऱ्या पर्यटकांसाठीदेखील हॉट स्पॉट ठरला आहे... 'मन्नत'समोर पर्यटकांच्या वाढत्या गर्दीमुळे बंगल्याच्या आतील बाजूच्या प्रवेशद्वारातून बंगल्यात जाण्याची सोय केली गेली आहे. किंग खानच्या मुलाखतीचं आमंत्रण आलं, तेव्हा 'मन्नत'च्या या छुप्या प्रवेशद्वारातून आत जाता आलं.
शाहरुख त्याच्या स्टडी रूममध्ये होता आणि त्याची मुलाखत तिथेच झाली. त्याची स्टडी रूम कुठल्याही सार्वजनिक वाचनालयापेक्षा ऐसपैस आहे. अनेक पुस्तकं, संदर्भ ग्रंथ, शब्दकोश, महाभारत, रामायण, बायबल, कुराण, गुरू ग्रंथसाहिब अगदी सर्व धर्मसमभावासारखी तिथे आढळून आली!
शाहरुखमधला एक वात्स्यलपूर्ण पिता, तसेच प्रेमळ आणि जबाबदार सहचर या भेटीत जाणवला!

'जब हॅरी मेट सेजल' हा तुझा चित्रपट रोमँटिक आहे. तू पन्नाशी पार केली आहेस. अजूनही तुला तुझं 'किंग ऑफ रोमान्स' हे विशेषण सार्थ करण्याची गरज भासते का?

मैं समझता हूँ रोमान्स की, प्रेम की कोई उम्र सीमित नही होती! प्रौढवयस्कांमध्येदेखील प्रेम असू शकतं अशा कल्पनेवरचे चित्रपट पाश्चिमात्य देशांमध्ये सर्रास मान्य आहेत. आपण खूपदा ठोकळेबाज कल्पनांमध्ये अडकून राहतो. प्रेम काय फक्त वयाच्या पंचविशी-तिशीपर्यंत केलं जावं! असो.

'जब हॅरी मेट सेजल' हा इम्तियाज अली सब कुछ असलेला सिनेमा फक्त रोमँटिक नाही. त्यात हलकाफुलका विनोद आहे, कौटुंबिक मनोरंजन आहे, गुजराती युवती सेजल आणि पंजाबी मुंडा हरिंदर सिंग नेहरा उर्फ हॅरी यांची मजेदार कथा आहे. प्रीतमचं संगीत लोकांना आवडलंय. यापेक्षा अधिक वेगळं काय असलं पाहिजे, एका रोमँटिक चित्रपटाच्या धाटणीत? शिवाय 'इम्तियाज अली स्टाईल' आहेच. माझा येणारा प्रत्येक चित्रपट हा 'चक दे इंडिया'टाइप किंवा 'स्वदेस'टाइप असू शकत नाही.

'किंग ऑफ रोमान्स' हे माझं विशेषण सार्थ व्हावं, किंवा ते अबाधित चालू राहावं या हेतूने मी रोमँटिक ब्रँड सिनेमांना प्राधान्य देतो असं मुळीच नाही. इम्तियाजकडे हा विषय होता, त्याने मला कथा ऐकवली! मला कथाविषय आवडला, कारण तसं बघायला गेलं तर 'जब वी मेट' हा त्याचा गाजलेला सिनेमा रोमँटिक असूनही इम्तियाजच्या ट्रीटमेंटमुळे अविस्मरणीय ठरला!

मी 'चक दे', 'माय नेम इज खान', 'स्वदेस', 'डॉन', 'फॅन' असे विविध विषय असलेले अनेक चित्रपट वेळोवेळी केलेत. त्यातले काही चित्रपट प्रेक्षकांना आवडलेदेखील. *अगर फिर भी मैं 'किंग ऑफ रोमान्स' कहलाता हूँ, तो इसके जिम्मेदार यशजी* (यश चोप्रा) *है!* यशजी यांच्या सांगण्याला मान देत मी तीनचार रोमँटिक चित्रपट केलेत. याच चित्रपटांनी माझी कारकीर्द उंचावली, ही वस्तुस्थिती आहे. त्यांनी त्यांच्या हयातीत मला 'जब तक है जान' हा अखेरचा रोमँटिक सिनेमाच दिला!

हळूहळू माझी इमेज बनत गेली आणि त्यावर ठसा रोमँटिक चित्रपटांचा पडला! कधीकधी माझ्यासाठी 'किंग ऑफ रोमान्स' हे विशेषण नुकसानीचं ठरतं ते याचसाठी! आपल्याकडे कुणालाही विशेषण देण्याची किंवा टाइपकास्ट करण्याची एकूणच सवय दिसून येते! *मै खुद्द को व्हर्सटाइल मानता हूँ, शायद हूँ भी।*

'बाज़ीगर', 'डर', 'अंजाम' असे निगेटिव्ह रोल मी माझ्या करिअरच्या आरंभीच केलेत, स्वत:ला सिद्ध केलं आहे मी... *लेकिन 'किंग ऑफ रोमान्स' का विशेषण हावी हो जाता है! क्या करूं? बहुत ज्यादा इस बारे में मुझे सोचना अच्छा नाही लगता, वरना सारी क्रिएटिविटी इसी सोच मी निकल जाएगी।* जे माझ्या चाहत्यांना आवडेल ते आणि जे मला विषय आवडतील असे विषय यांचा सुवर्णमध्य गाठतो!

तुझ्या चित्रपट कारकिर्दीसोबतच गौरीच्या आणि तुझ्या सहजीवनालाही तीस वर्षे पूर्ण झालीत. तुमची अनुरूपता आजच्या काळात चर्चेचा विषय आहे. विशेषतः चित्रपटविश्वात वैवाहिक सहजीवन फार काळ टिकत नाही!

आमच्या यशस्वी सहजीवनाचं श्रेय मी गौरीला देईन! कदाचित आम्ही दोघं परस्परांना देऊ! माझ्या जीवनात जर गौरीसारखी पत्नी आणि माझी तीन मुलं यांचा सहवास मला मिळाला नसता, तर कारकिर्दीच्या आणि जीवनाच्या या टप्प्यावर मी पोहचू शकलो नसतो हे निर्विवाद! करिअरमधलं यश, त्याची झिंग, पैसा, मानमरातब हे शेअर करण्यासाठी सहचर असावा, कुटुंब असावं, कारण करिअरचं महत्त्व हे शेवटी चार भिंतींच्या बाहेरच असतं! आमची अनुरूपता किंवा आमचं वैवाहिक आयुष्य अतिशय सुखाचं झालं, कारण गौरी आणि

तिच्यामुळे माझी तीन मुलं, माझी बहीण या सगळ्यांनीच मला तसं काहीसं मोकाट सोडलं! गौरीने मुळातच हे सत्य मान्य केलंय की, तिच्या नवऱ्याचं आयुष्य हे 'पब्लिक'साठी आधी आहे! माझ्या जीवनातून माझं करिअर म्हणजे माझे मेकर्स, सह-कलाकार, माझे जगभरातील चाहते हे कधीही वजा होऊ शकणार नाहीत! माझ्या अस्तित्वात, यशात अशा खूपशा व्यक्ती आहेत... गौरीने हे सत्य समजून घेतलं, मान्य केलं, कुठलीही खळखळ न करता! सर्वसामान्य पती-पत्नीसारखा संसार, ९ ते ६ अशी नोकरी माझी नाही. माझा सहवास माझ्या कुटुंबाला नक्कीच कमी मिळाला! असं आतापावेतो अनेकदा घडलंय, गौरीला आणि मुलांना माझ्यासोबत बाहेर जायचं ठरलेलं असतं, आणि करण जोहर किंवा फराह खान अशी अत्यंत जवळची मित्रमंडळी येतात, तासन्‌तास सगळे गप्पा मारतात. या गप्पा वायफळ नसतात. त्यातून सर्जन जन्माला येतं. नव्या सिनेमाची भन्नाट कल्पना सुचते! हे केवळ एक उदाहरण झालं. असे अनेक प्रसंग घडतात, ठरलेले कार्यक्रम घडून येत नाहीत! मी जेव्हा मुंबईत असतो, तेव्हा माझी रविवारची संध्याकाळ 'मन्नत' बाहेर जमलेल्या चाहत्यांच्या जमावाला अभिवादन करण्यात जाते! हल्ली तर 'मन्नत' बाहेरील चाहत्यांची सवय आमच्या धाकट्या मुलाला - अबरामलादेखील झाली आहे! तोदेखील गर्दीला पाहून 'वेव्ह' करतो, फ्लायिंग किस देतो!

खूपदा स्वतःच्या सिनेमांवर, नवीन योजनेवर किंवा तत्सम कुठल्याही विषयावर चिंतन करण्यासाठीदेखील मला शांतता मिळत नाही! या स्टडी रूममध्येदेखील वर्दळ सुरू असते! त्यामुळे बाथरूममध्ये मी अधिक वेळ घालवतो! चिंतन करण्यासाठी माझी ही स्पेस आहे. गौरीने हे खासगीपणदेखील चालवून घेतलंय. खरं म्हणजे ही सवय वाच्यता करण्यासारखी नाहीये, पण माझ्या अशा बऱ्या-वाईट सवयी - सवयी म्हणण्यापेक्षा दुर्गुणच गौरीने मान्य केले! कुरबुर केली नाही! मी जसा आहे तसा, माझ्या गुणदोषांसह तिने माझा स्वीकार केला, म्हणून माझं वैवाहिक आयुष्य सुखाचं आहे!

मला या क्षणी कुणाचीही नावं घ्यायची नाहीत, पण माझे हे चित्रपट व्यवसायातले दोस्त त्यांच्या वैवाहिक जीवनाला उबगलेले आहेत! कारण त्यांचे सहचर एकमेकांना स्पेस देत नाहीत. तक्रारी करत, कुरबुरींचा पाढा वाचत जीवन पुढं जात नाही, ते तिथेच थांबतं! गौरी आणि मी एकमेकांच्या सहवासात 'ग्रो' होत गेलो, हे आमच्या दोघांचं यश आहे! पण तिचं अधिक आहे!

तुझ्या मुलांना तू 'महाभारत' वाचून दाखवत असतोस म्हणे!

जी, हां! 'महाभारत' पढ़कर हम सभी बहुत कुछ सीख सकते है! 'महाभारत' जिंदगी कैसे जी जाएं इस का सबसे बडा प्रमाण है! त्यातील प्रत्येक पात्र आपल्याला खूप काही शिकवून जातं. मग ती डोळ्यांवर पट्टी बांधलेली गांधारी असो, वा अर्जुनाला भगवद्गीतेतून जीवनाचं सार सांगणारे भगवान श्रीकृष्ण असोत. मे महाभारत पहिल्यांदा वाचलं, तेव्हा मला त्यातली पात्र समजली नाहीत. काही पात्रांची नावं लक्षात ठेवायला कठीण गेली. मी खूप गोंधळून गेलो. पण पुन्हापुन्हा ते वाचल्यावर माझी एकाग्रता वाढली आणि मी महाभारत वाचत गेलो! माझ्या मुलांना आयुष्य समजून घेण्यासाठी महाभारत योग्य आहे अशी जाणीव झाल्यावर मी अबरामला शक्य होईल तेव्हा महाभारतातल्या कथा-प्रसंग सांगत गेलो. आर्यन आणि सुहाना इथे नसतात!

मुलांना, अबरामला वेळ देतोस तर!

हो, अर्थात! आर्यन आणि सुहाना लहान असताना मला त्यांना वेळ देता आला नाही. मी त्या काळात तरुण होतो. तेव्हा मी खूप चित्रपटदेखील केले. आता ही दोन्ही मुलं मोठी झाली. आता ती आपापल्या विश्वात गुंतली आहेत. अबरामसाठी मी आवर्जून वेळ काढतो. त्याच्याशी खेळतो. मुलांच्या मानसिक वाढीसाठी पालक आणि मुलं यांच्यातील नातं दृढ हवं! तुम्ही म्हणाल, हे सत्य मला उशिरा उमगलं! देर सही, दुरुस्त आए! म्हणूनच अबरामसोबत खेळून, तो जागा असेल तेव्हा गोष्टी सांगून, माझ्यासोबत बाहेर नेऊन मी त्याचा सहवास मिळवतो. अबरामसोबत बसून मी ॲनिमेटेड फिल्म्स, कार्टून फिल्म्सदेखील पाहत असतो. लेकाच्या चेहऱ्यावरचा निखळ आनंद मला नवी ऊर्जा देतो!

अबरामला दररोज माझ्याकडून एक खेळणं (टॉय) भेट म्हणून हवं असतं! आमच्यात असा अलिखित करार झाला आहे! सुरक्षेच्या

कारणास्तव मी कुठल्याही मॉलमध्ये जाऊन माझ्या अबरामसाठी खेळणी विकत घेऊ शकत नाही, मग मी जेव्हा देशाबाहेर शूटिंग किंवा शो करण्यासाठी बाहेर जातो, एअरपोर्टवरच्या ड्युटी-फ्री शॉप्समध्ये अबरामसाठी खेळणी विकत घेतो. पण गौरीचा एक नियम आहे, माझ्यासाठी आणि अबरामसाठी. अबरामला एका दिवशी दोन खेळणी द्यायची नाहीत! अबरामला प्रत्येक दिवशी फक्त एकच खेळणं दिलं गेलं पाहिजे. गौरीच्या या दंडकाची मला पायमल्ली करता येत नाही. अबरामला शिस्त लागावी म्हणून, वस्तू मुबलक प्रमाणात मिळाली की त्याचं महत्त्व राहत नाही म्हणून गौरीने हा नियम केलाय. तिची आज्ञा आम्हां दोघांना शिरसावंद्य असते!

जगातील धनाढ्य कलाकारांच्या यादीत तुझं स्थान तिसरं आहे. आपल्या कारकिर्दीवर तू कितपत संतुष्ट आहेस? भविष्यातल्या असुरक्षिततेची चिंता वाटते का?

मी खुदाचा मन:पूर्वक आभारी आहे. त्याने मला अतिशय सुखी आणि संपन्न वैयक्तिक आयुष्य आणि तितकंच सशक्त करिअर दिलं. मी दिल्लीहून इथे मुंबईत आलो, तेव्हा माझ्या खिशात दोनशे रुपयेही नव्हते! स्टुडिओत जाण्यासाठी रिक्षाचे पैसे गौरी देत असे... मरीन ड्राइव्हवर चिंतामग्न बसून सैरभैर व्हायचो मी! तेव्हा मी कुणीही नव्हतो! 'माझी 'पहचान' निर्माण होईल का? मला हे शहर सामावून घेईल का? मला यश मिळेल का? मी आर्थिकदृष्ट्या स्थिरस्थावर झालो, तरच गौरीला सुखी ठेवू शकेन!' अशा अनेक चिंतांनी मरीन ड्राइव्हवरच्या माझ्या संध्याकाळी सरल्या आहेत! 'दीवाना', 'बाज़ीगर', 'डर' या आरंभीच्या सिनेमांमुळे बॉलिवूडचे दरवाजे माझ्यासाठी किलकिले नाहीत, सताड उघडे झाले! यश चोप्रांसारखा मातब्बर दिग्दर्शक माझ्या जीवनात आला आणि माझ्यात 'प्रोफेशनल ॲटिट्यूड' आला.

माझ्या यशात सगळ्यात मोठं श्रेय गौरीचं; कारण मी कुणीही नसताना तिची साथ मला होती, आणि स्टारडम आल्यावरही ती कायम राहिली. माझ्या स्वत:च्या गरजा खूप कमी आहेत! दिवसातून दोनदा बटर चिकन किंवा राजमा राईस खातो. मला गरज आहे ती सिगरेटची! दो जोडी कपडा काफी है! मला माझे गार्ड्‌सदेखील सोबत नको असतात, असुरक्षितता आता वाढत्या वयात वाटते हे खरं... पण आर्थिक चिंता नाहीये!

माझी लोकप्रियता ओसरली की मला दुनिया विसरेल की काय, अशी चिंता आता आहे! माझे आयुष्य चैनीचं, आरामाचं नाही. रात्री उशिरापर्यंत मला झोप लागत

नाही. माझी एकूण झोप पाच तासांचीदेखील नसते. झोप लागली नाही, की मी इथे या लायब्ररीत येऊन बसतो. मी माझ्या पर्सनल स्पेसमध्ये असतो. होय... स्टारडम गेल्यावर काय, हा प्रश्न मला भेडसावतो! कदाचित सगळ्या मोठ्या स्टार्सना हा प्रश्न छळत असेल! मी माझ्या भावना व्यक्त करतो, अन्य करत नसतील!

तू सुपरस्टार आहेस, पण तुझ्यात काही दुर्गुण आहेत असं कधी तुला वाटलं का?

जी बिलकुल, मुझ में भी ऐब है! म्हणूनच तर म्हटलं, गौरीने मला मी जसा आहे तसं स्वीकारलं. माझं धूम्रपान करणं तिला नापसंत आहे. मी खूप कमी झोपतो, कमी जेवतो, कुठेही वेळेवर पोहचत नाही, या बाबीदेखील खटकत असतात. माझं उशिरा येणं हे आता माध्यमांनाही कळून चुकलंय. स्वतःत सकारात्मक बदल घडवून आणायचेत. पाहू या मला कधी शक्य होतं ते! अजून मला खूप काही करायचं आहे, निर्माता म्हणून आणि अभिनेता म्हणूनही!

बेमिसाल

विश्वजीत

'बीस साल बाद', 'परदेसी', 'दो कलियाँ', 'यह रात फिर ना आयेगी', 'नाईट इन लंडन', 'बिन बादल बरसात', 'शहनाई' अशा अनेक हिंदी चित्रपटांतून नायकाची भूमिका साकारणारे अभिनेते विश्वजीत चॅटर्जी यांनी जवळपास तीस वर्षं रुपेरी पडदा गाजवला. नायकाला साजेसं रूप, जोडीला गाता गळा अशा गुणांनी त्यांनी हिंदी आणि बंगाली चित्रपटसृष्टीत आपली वैशिष्ट्यपूर्ण ओळख निर्माण केली. १४ डिसेंबर १९३६ रोजी कोलकाता इथं जन्मलेले विश्वजित आता अभिनय करत नसले, तरी गायक आणि परफॉर्मर म्हणून अजूनही सक्रिय आहेत. अशा या 'बेमिसाल' अभिनेत्याची भेट घडवून आणली ती त्यांची पत्नी इरा चॅटर्जी यांनी.

विश्वजीत दादा, अजूनही तुम्ही नेहमी उत्साहानं काम करताना दिसता. तुमच्या या सक्रिय दिनचर्येबद्दल ऐकायला नक्कीच आवडेल. कशी असते तुमची दिनचर्या?

मी सकाळी सहा वाजता उठतो. उठल्यावर फ्रेश होऊन चहा घेतो. त्यानंतर अर्धा तास योग करतो. मी गेल्या वर्षापर्यंत जुहू बीचवर चालण्यासाठी जात असे. पण माझ्या पत्नीच्या - इराच्या - मते त्या बीचवर खूप डास असतात आणि डास चावल्यानं डेंग्यू होतो. त्यामुळे मी तिकडे फिरायला जाऊ नये असं तिला वाटतं. डास चावून डेंग्यू झाल्यानं काही वर्षांपूर्वी प्रसिद्ध निर्माता, दिग्दर्शक यश चोप्रा यांचं निधन झालं होतं. ही दुर्दैवी घटना तिच्या चांगलीच लक्षात आहे. असो.

तर, मी थोडा चालण्याचा व्यायाम करतो. मग न्याहारी आणि त्यासोबत वर्तमानपत्रं वाचतो. टीव्हीवर बातम्या पाहतो. हा तर आता माझ्या दैनंदिन जीवनाचा महत्त्वाचा भाग झाला आहे. दुपारच्या जेवणात मी फिश करी, फ्राय फिश राईस असं खातो. जेवल्यानंतर मी पंधरा मिनिटं-अर्धा तास आराम करून मग दुपारी तीन वाजल्यापासून संध्याकाळपर्यंत माझं आत्मचरित्र लिहीत बसतो. त्यानंतर मी आणि इरा फिरून येतो. घरी आल्यावर साडेआठ ते नऊच्या दरम्यान रात्रीचं जेवण करून, मुलीशी गप्पा मारून रात्री साडेदहापर्यंत झोपतो.

अलीकडेच तुम्ही एका चित्रपटात काम केल्याचं कळलं. कोणता चित्रपट हा?

या चित्रपटाचं नाव आहे 'डार्क शॅडो'. दिग्दर्शक सुभाष यांचा हा चित्रपट आहे. स्प्लिट पर्सनॅलिटी, म्हणजेच दुहेरी व्यक्तिमत्व असलेल्या एका व्यक्तीची भूमिका मी या चित्रपटात साकारली आहे. माझ्या वाट्याला अनेकदा भयपट आलेले आहेत. हा त्यापैकीच एक. अनेक चित्रपट महोत्सवांमधून हा चित्रपट दाखवला गेला आहे.

'बेमिसाल बिस्बजीत' या म्युझिकल शोची संकल्पना काय होती? कशा प्रकारचा प्रतिसाद मिळाला या शोला?

खरं तर माझी कोलकत्यातील मूळ ओळख ही गायक, परफॉर्मर अशीच होती. अभिनयात येण्यापूर्वी मी 'मन्ना डे नाइट' हा शो करत असे. तो त्या वेळी खूप लोकप्रिय झाला होता. हा कार्यक्रम रात्री दहा वाजता सुरू झाला की पहाटे चार-पाच वाजेपर्यंत चालत असे. लाखांनी प्रेक्षक येत असत. माझ्यासोबत हास्य अभिनेत्री

टूनटून, अभिनेत्री लक्ष्मी छाया, किशोर कुमार हेसुद्धा होते. पण पुढे मला अभिनेता म्हणून संधी मिळाली आणि माझी गायकी मागे पडली.

मात्र काही वर्षांपूर्वी माझा एक चाहता राजेश नेगी याच्याशी माझी भेट झाली आणि त्याने मला माझ्या पूर्वीच्या गायकीची आठवण करून दिली. त्यानंच या शोची संकल्पना, नाव वगैरे सगळं ठरवलं आणि 'बेमिसाल बिस्बजीत' आकाराला आला. यामध्ये माझ्यावर चित्रित झालेली गाणी मी स्टेजवर सादर करतो. वास्तविक मी कधीही संगीताचं शास्त्रशुद्ध शिक्षण घेतलेलं नाही. पण या गाण्यांतून मी चाहत्यांना त्या काळात घेऊन जातो. सुदैवानं मला चित्रपटांमध्ये नेहमीच अतिशय उत्तम गाणी मिळाली आहेत. तीच गाणी मी प्रेक्षकांसमोर सादर करतो. आजपर्यंत मुंबईसह जगभरात अनेक ठिकाणी हा कार्यक्रम आम्ही सादर केला आहे. सगळीकडे त्याला अतिशय उत्तम प्रतिसाद लाभला. अजूनही मला बघायला, ऐकायला माझे चाहते येतात. कार्यक्रमानंतर माझ्या सह्या घेतात, माझ्यासोबत फोटो काढतात. हा माझ्यासाठी एक आनंददायी अनुभव असतो. राजेश नेगीसारख्या चाहत्याचीच ही कृपा!

तुमचे वडील सैन्यात डॉक्टर होते. घरी तशी अभिनयाची कोणतीच पार्श्वभूमी नसताना तुम्ही या क्षेत्रात कसे आलात?

होय, माझे वडील डॉक्टर रंजीत कुमार चॅटर्जी सैन्यात डॉक्टर होते. दुसऱ्या महायुद्धात त्यांनी मोठी कामगिरी बजावली होती. मीही त्यांच्याप्रमाणे डॉक्टर व्हावं असं त्यांना वाटे. पण मी कधीच त्याचा गंभीरपणे विचार केला नाही. ते दिवसभर रुग्णसेवेत व्यग्र असत. माझी आई स्मृती चॅटर्जी कलासक्त होती. तिला संगीत, नृत्य यांची खूप आवड होती. अनेक नृत्यनाटिका ती उत्तम करत असे. माझी आई दिसायला अतिशय सुंदर होती. चेहऱ्यावर मेकअप लावल्यावर ती आणखीच सुंदर, जणू स्वर्गातली अप्सराच भासायची. सैन्यातल्या महिलांचं तिथं एक महिला मंडळ होतं. आईही त्यात होती. त्यांचे वरचेवर गायनाचे, नृत्यनाटिकांचे कार्यक्रम होत. मी कधी त्यांचा प्रेक्षक असे, तर कधी मी त्यांच्यातली एखादी स्त्री पात्राची भूमिका निभावत असे. ('कजरा मोहोब्बतवाला' या 'किस्मत' चित्रपटातल्या माझ्या स्त्रीपात्राच्या अभिनयाचं, गायनाचं हेच ते मूळ!)

सगळं व्यवस्थित सुरू असताना अचानक माझ्या आईचं ब्रेन ट्यूमरनं निधन झालं. मी तेव्हा तेरा वर्षांचा होतो. आई गेली आणि सगळं संपलं. मी अगदी एकटा पडलो. वडिलांची नोकरी बदलीची असल्यानं नंतर त्यांची बदली बगदादला

झाली. माझी आबाळ होऊ नये म्हणून त्यांनी मला होस्टेलला ठेवलं. त्यांच्या पुढच्या बदल्या लाहोर, इस्लामाबाद, कराची आणि इराक अशा होत गेल्या आणि या सगळ्या शहरांमधून माझं बालपण विखुरलं गेलं. पण एक मात्र झालं की वडिलांच्या सानिध्यात राहून मी वक्तशीरपणा, शिस्त, स्वावलंबन या गोष्टी आपोआप शिकलो. पुढील जीवनात मला त्याचा फायदाच झाला. चित्रपटांच्या सेटवरही 'अतिशय वक्तशीर' म्हणून माझा लौकिक होता.

पुढे माझ्या कॉलेज शिक्षणानंतर मी अभिनयात जाणार हे मी वडिलांना सांगितलं. मात्र घरच्यांनी त्याला तीव्र विरोध केला. मी जर चित्रपटसृष्टीत गेलो, तर चॅटर्जी कुटुंबातल्या अन्य चुलत भावंडांची लग्नं कशी होणार, अशी चिंता त्यांना वाटत होती. चित्रपटात काम करणं हे त्या काळी अप्रतिष्ठेचं लक्षण मानलं जात असे. घरच्यांनी मला चित्रपटात काम न करण्याबद्दल वारंवार सांगितलं. पण मीही हट्टाला पेटलो होतो. घरात राहायचं असल्यास अभिनय सोडावा लागेल असा निर्वाणीचा इशारा त्यांनी मला दिला होता. मग मात्र मी घरच सोडलं.

घर सोडलं म्हणजे संघर्ष आलाच !

मी एके काळी कोलकात्यात फुटपाथवर राहिलो आहे. मिळेल ती कामं करत गेलो. माझ्या आवाजामुळे मला गाण्याची कामं मिळत गेली. हळूहळू ३०० रुपये रोज अशा पद्धतीनं माझा भाव वाढत गेला. बंगालीतला गायक म्हणून, बंगाली चित्रपट करत करत मी शेवटी हिंदीत आलो. 'बीस साल बाद' या चित्रपटानं मला प्रसिद्धी, नावलौकिक मिळवून दिला. माझं भाग्य फळफळलं.

बंगाली आणि हिंदी चित्रपटसृष्टीतला एकूण अनुभव कसा होता? त्या काळच्या अनेक प्रसिद्ध अभिनेत्रींबरोबर तुम्ही काम केलं आहे.

होय. सायरा बानू, आशा पारेख, वहिदा रहेमान, माला सिन्हा, नंदा, विम्मी, साधना, बबिता, हेलन, लीना चंदावरकर, मुमताज, शर्मिला टागोर, रेखा अशा

सगळ्या आघाडीच्या नायिकांबरोबर मी रुपेरी पडद्यावर काम केल आहे. आशा पारेख बिनधास्त, बोलकी होती. सगळ्यांशी मिळून-मिसळून वागत असे. वहिदा रहमान मात्र कुणातही मिसळत नसे. आब राखून असे. सायराशी माझी छान मैत्री होती. मुमताज आणि रेखा मला 'विशू बाबा' म्हणत असत. सगळ्याच प्रतिथयश नायिकांनी माझ्याबरोबर चित्रपट केले आहेत. माझ्याकडून काही आगळीक घडली म्हणून कोणी माझ्याबरोबर काम करायला नकार दिला असं कधी झालं नाही.

अभिनेत्री रेखाला हिंदीमध्ये तुम्हीच प्रथम संधी दिलीत. मात्र तिच्याबरोबरच्या एका चुंबनदृश्यावरून त्या वेळी बरीच टीकाही झाली होती.

१९७०च्या दशकात माझी बरीच कामं चाललेली होती. मी दिवसातून तीन शिफ्टमध्ये काम करत असे. त्यामुळे माझ्या नव्या चित्रपटासाठी तशा तारखा देऊ शकणारी नायिका मिळणं कठीण झालं होतं. त्या दरम्यान दिग्दर्शक कुंदनकुमारांनी मला सांगितलं, की साऊथमधले जेमिनी गणेशन यांची लेक भानुरेखा सध्या हिंदी चित्रपटसृष्टीत येण्याचा प्रयत्न करते आहे. म्हणून मी साऊथला जाऊन रेखा आणि तिची आई पुष्पवल्ली यांची भेट घेतली. प्राथमिक बोलणी झाल्यावर मी त्यांना सुचवलं, की भानुरेखा हे मोठं नाव आहे. त्यापेक्षा 'रेखा' असं छोटं नाव केलं, तर सुटसुटीत वाटेल. त्यांनी होकार दिला आणि भानुरेखाची 'रेखा' झाली!

पुढे 'अंजाना सफर' या चित्रपटातून मी रेखाला हिंदीत प्रथम संधी दिली. रेखा तेव्हा सोळा वर्षांची होती. मात्र हा चित्रपट पुढे आलाच नाही.

माझं आणि रेखाचं काही प्रेमप्रकरण नव्हतं. ती माझ्यापेक्षा वयानेदेखील खूप लहान होती. पण चित्रपटाच्या कथानकाची गरज म्हणून घेतलेल्या चुंबनदृश्याचा नको इतका गाजावाजा झाला. या गोष्टीचं वाईट वाटलं, तरी एक नक्की, की मी हे मुद्दाम काहीही घडवून आणलेलं नव्हतं. आजच्या काळातल्या प्रत्येक चित्रपटात अशी दृश्यं सर्रास असतात. आजच्या नव्या पिढीला त्याबद्दल काही वावगं वाटत नाही. पण ४० वर्षांपूर्वी परिस्थिती वेगळी होती. त्यामुळे त्याचा गवगवा झाला.

खरं तर, अनेक अभिनेत्रींबरोबर अनेक चित्रपटातून माझी इंटिमेट दृश्यं आहेत. कधी कोणी माझ्या हेतूविषयी शंका घेतली नाही; पण हे चुंबनदृश्य मात्र मला चांगलंच महागात पडलं. हा चित्रपट होता 'अंजाना सफर' आणि दिग्दर्शक होते राजा नवाथे. त्यांनी मला या दृश्याबद्दल सांगितलं होतं, मात्र रेखाला त्याची कल्पना दिली नसल्यानं तिचे एक्स्प्रेशन्स भेदरल्यासारखे होते. असो!

तुम्ही त्या काळात स्टायलिश ॲक्टर म्हणून प्रसिद्ध होतात ना?

माझ्या काळात अभिनेता बलराज साहनी, राजकुमार आणि मी बऱ्याचदा आमचे कपडे शूटिंगसाठी वापरत असू. 'बीस साल बाद' आणि 'कोहरा' या भयपटांनी मला खूप प्रसिद्धी दिली. मात्र या चित्रपटासाठी आल्फ्रेड हिचकॉकच्या चित्रपटातले नायक घालतात, तसे माझे कपडे करवून घेतले होते. ते अर्थातच दिग्दर्शक आणि निर्माता यांनी केले होते. मात्र एरवीही मी 'स्टायलो' आणि 'चंदू' या त्या काळातल्या दोन प्रसिद्ध टेलर्सकडून माझे फिल्मी पण स्टायलिश कपडे शिवून घेत असे. कित्येक जण माझ्या स्टाईलचं आणि पॅटर्नचं अनुकरण करत असत.

चित्रपटातल्या तुमच्या सहकलाकारांबरोबरचा अनुभव कसा होता? बंगाली, पंजाबी असा प्रांतीय फरक जाणवायचा का?

आपल्या हिंदी चित्रपटसृष्टीला १०० वर्षं झाली आहेत. इथले बरेच कलाकार, निर्माते पंजाबी होते, आहेत. फाळणीपूर्वी भारताचा भाग असलेल्या लाहोर भागातून खूप कलावंत इकडे आले होते. बंगालीभाषकही आहेत, पण वरचष्मा पंजाबी लोकांचा होता हे खरं आहे. आपण जिथे काम करतो तिथल्या सहकाऱ्यांशी जुळवून घ्यावंच लागतं.

वैयक्तिक आणि व्यावसायिक जीवनात कोणत्या आव्हानांचा सामना करावा लागला?

आईविना वाढलेल्या आपल्या मुलाला त्याच्या आवडीच्या क्षेत्रात काम करण्याची परवानगी द्यावी असा विचार, मला घरातून हाकलून देताना माझ्या जन्मदात्याच्या मनात आला नाही. कुटुंबातल्या इतर सदस्यांच्या दबावामुळे त्यांनी मला घर सोडायला भाग पाडलं. मी करिअरमध्ये स्थिर होण्यापूर्वीच माझं लग्न लावून दिलं. त्यामुळे हा विवाह सुखकारक ठरला नाही. आम्हाला प्रसन्नजीत नावाचा मुलगा आहे. त्यानंही कोलकत्यात अभिनयात नाव कमावलं आहे. पण त्याच्यात आणि माझ्यात कसलंही भावनिक नातं नाही.

हे माझ्या जीवनातले काही कठीण, आव्हानात्मक प्रसंग ज्यांनी मी त्या काळी उन्मळून गेलो, खचलो; पण पुन्हा उभा राहिलो आणि अभिनयाकडे वळलो.

डरपोक बंगाली बाबूमोशाय अशी माझी हेटाळणी करिअरमध्ये अनेकदा झाली आहे. कारण पंजाबी समाजाचं वर्चस्व! शिवाय, धर्मेंद्र, शम्मी कपूर हे हिरो डुप्लिकेट न घेता स्टंट्स करत असत. त्यामुळे प्रत्येक हिरोकडूनच तशी अपेक्षा

केली जात असे. असाच एक किस्सा - 'किस्मत' चित्रपटात माझी आणि शत्रुघ्न सिन्हाची फायटिंग होते असा सीन होता. एका बीमवर मी लटकत होतो. त्याचा वार चुकवावा म्हणून मला खाली उडी मारायला सांगितलं होतं. पण खाली सुरक्षेचे, खबरदारीचे काहीही उपाय केलेले नव्हते. म्हणून मी उडी मारत नव्हतो. तेवढ्यात, *'कैसे डरता है देखो बाबूमोशाय... पंजाबी हिरो होता तो बिना सोचे छलांग लगा देता'* असं माझ्या कानांवर पडलं. मला खूप वाईट वाटलं आणि मी ५० फुटांवरून तशीच खाली उडी मारली. अर्थातच त्यामुळे हाडं खिळखिळी झाली.

असंच एकदा 'शिकारी' चित्रपटाचं शूटिंग नैरोबीच्या सफारीत सुरू होतं. आज प्राणिहत्या हा कायद्यानं गुन्हा मानला जातो, पण तेव्हा तो गुन्हा नव्हता. ४० जंगली हत्तींबरोबर मला सीन करायचा होता. अर्थातच, भीतीनं माझी गाळण उडाली होती. पण संयमानं मी प्रोफेशनल हंटर्ससोबत जंगलात गेलो. या शिकाऱ्यांनी एका हत्तीला गोळी मारून त्याला चक्क ठार केलं. मग बाकीचे हत्ती बिथरले. हत्तींचा तो आवाज आणि रौद्र रूप पाहून माझी पाचावर धारण बसली. त्या घायाळ हत्तींमधून मार्ग काढत मला पुढे जायचं होतं. तेव्हाही माझ्या बंगाली असण्यावरून टीका सुरू झाली. *'अभी पंजाबी हिरो होता तो यह शॉट आसानीसे हो जाता, पर बाबूमोशाय डर गये।'* अशा मानहानीच्या प्रसंगांनी मी खूप घायाळ व्हायचो; पण मी त्याची फारशी वाच्यता केली नाही.

अभिनेते अशोककुमार यांनी तुम्हांला काही विशेष मार्गदर्शन केलं होतं, त्याबद्दल काय सांगाल?

हो, माझी चित्रपटातली इमेज ही चॉकलेट बॉय, थोडक्यात रोमँटिक हिरो अशी होती. पण त्या इमेजच्या विरोधीही काही रोल मी केले आहेत. उदाहरणार्थ, 'किस्मत'मध्ये केलेली स्त्रीपात्राची भूमिका. तोपर्यंत अशी भूमिका कुणी केली नव्हती. नंतर मात्र तो ट्रेंड झाला.

एकदा एक धार्मिक चित्रपट माझ्याकडे आला. रामाच्या भूमिकेत मी आणि सीतेच्या भूमिकेत मौसमी चॅटर्जी. हातात गिटार घेऊन नायिकांच्या मागे गाणी गाणाऱ्या हिरोला प्रेक्षक 'राम' म्हणून स्वीकारतील का, अशी शंका माझ्या मनात होती. तेव्हा दादामुनींनी मला सल्ला दिला, 'कसल्याही भूमिकांना नकार देऊ नकोस. मी बघ, गेली ५० वर्षं मिळतील त्या भूमिका करतो आहे. कुठल्याही साच्यात मी अडकलो नाही. तूही तसा विचार करू नकोस.' या गुणी कलाकारानं खरोखरच खलनायक, अभिनेता, चरित्र अभिनेता अशा सगळ्या भूमिका केल्या

आहेत आणि त्याही उत्तम प्रकारे! मी त्यांचा सल्ला शिरोधार्य मानला आणि 'बजरंगबली' या चित्रपटात रामाची भूमिका केली. पुढे या चित्रपटाला खूप चांगलं यश मिळालं.

शूटिंगमध्ये वेळ मिळाला की, तुम्ही व्यंगचित्रं काढायचात असं ऐकलं आहे.

शाळेत असल्यापासून मला चित्रकलेची, व्यंगचित्रं काढण्याची आवड होती. अनेकदा मला वाटायचं की, या जुन्या चित्रांचं प्रदर्शन भरवावं. पण जमलं नाही. आता तर ती सगळी चित्रंही माझ्याकडे नाहीत.

शक्ती सामंत यांचा प्रचंड गाजलेला चित्रपट 'आराधना'साठी नायक म्हणून आधी तुमचं नाव सुचवलेलं होतं हे खरं का?

हो, हे शंभर टक्के खरं आहे. त्याचा किस्सा सांगतो. त्या काळात सचिन भौमिक यांना कथालेखक म्हणून मोठा मान होता. त्यांनी 'आराधना' चित्रपटाची सिनेमाची कथा लिहिली होती. ते बंगालीच होते. त्यांनी मला या चित्रपटासाठी करारबद्ध केलं आणि नायिका म्हणून कल्पनाला घेतलं होतं. त्यांना चित्रपट निर्मितीमध्येही यायचं होतं. त्यामुळे या आराधना चित्रपटापासूनच निर्मितीचा श्रीगणेशा करावा असा त्यांचा विचार होता. एस.डी. बर्मन यांनाही करारबद्ध केलेलं होतं. दरम्यान मला 'नाईट इन लंडन' चित्रपटाच्या शूटिंगसाठी बैरुतला जावं लागलं आणि तिथलं शूटिंग लांबलं. मला मुंबईला यायला उशीर झाला. दरम्यानच्या काळात इकडे काही बदल झाले. सचिन भौमिक यांच्याऐवजी शक्ती सामंत यांनी या चित्रपटाची निर्मिती, दिग्दर्शन स्वतःकडे घेतलं. त्यांना हा चित्रपट लवकरात लवकर सुरू करायचा होता. शशी कपूरला घेऊन चित्रपट सुरू करावा असं त्यांनी ठरवलं. पण

तोही तेव्हा खूप बिझी होता. राजेश खन्ना त्या वेळी टॅलेंट कॉंटेस्टमधून आलेला नवा हिरो होता. मग शेवटी त्याला आणि शर्मिला टागोरला घेऊन 'आराधना' सुरू केला गेला. पुढे त्या चित्रपटानं किती विक्रम केले हे वेगळं सांगायची गरजच नाही. राजेश खन्ना या अमृतसरच्या नवोदित युवकाला या चित्रपटानं रातोरात स्टार बनवलं. माझ्या आयुष्यातली ही एक कायमची भळभळती जखम आहे. माझ्या नशिबात 'आराधना' नव्हता!

बी. आर. चोप्रा यांनीही 'वक्त' चित्रपटाचं कास्टिंग केलं, तेव्हा शशी कपूरनं केलेली भूमिका आधी मी करणार होतो. त्याच्या शूटिंगसाठी सलग तीन महिने द्यावे लागतील असं मला कराराच्या वेळी सांगण्यात आलं. ते काही मला शक्य नव्हतं. त्यामुळे तोही चित्रपट माझ्या हातून निसटला.

'साहिब, बीबी और गुलाम' या चित्रपटाच्या बाबतीतही असंच झालं. गुलामाच्या भूमिकेसाठी गुरुदत्त यांनी मला विचारलं होतं. पण त्यांना माझ्याकडून पाच वर्षांसाठी करार करून हवा होता, जो मला मान्य नव्हता. कारण त्यामुळे मला गुरुदत्तखेरीज अन्य कोणत्याही बॅनरसाठी काम करणं शक्य झालं नसतं. गुरुदत्त यांचा चित्रपट मी करू शकलो नाही; पण त्यांच्याबरोबरची मैत्री कायम राहिली.

एकूणच आमच्या या क्षेत्रात उत्तम कथा, उत्तम चित्रपट मिळणं हा मोठा दैवी योगायोग आहे! आणि त्यात कधी माझी सरशी झाली नाही.

इरा यांच्याशी कधी विवाह झाला?

माझी पत्नी इरा ही कृष्णा मुखर्जी यांच्या घरी शिक्षणासाठी राहत असे. एका सोशल कार्यक्रमात माझी इराशी भेट झाली. तेव्हा तिनं बिझनेस मॅनेजमेंटची पदवी घेतलेली होती आणि ती नोकरीच्या शोधात होती. इराला मग अमेरिकेत नोकरी मिळाली. पण पुढे आमचं लग्न ठरलं आणि तिनं अमेरिकेला जाणं रहित केलं. आज आमची मुलगी अधूरिनी थिएटर करतेय. माझ्यासारख्या माणसाला इरानं आपल्या जीवनात आधार दिला. आम्ही लग्न केलं त्या दिवसापासून मी पूर्णतः इरावर अवलंबून आहे. भरकटलेल्या विश्वजीतला इरा भेटली नसती, तर आज मी इथे तुमच्याशी बोलायला दिसलो नसतो. तिच्यामुळेच आजचा विश्वजीत घडू शकला, स्वाभिमानानं जगू शकला. मी सुखी-समाधानी जीवन जगतो आहे ते तिच्यामुळेच. तिचा मी ऋणी आहे!

★★★★★

ज्येष्ठ अभिनेता

परीक्षित साहनी

कोलकात्याच्या 'शांतिनिकेतन'मध्ये बलराज साहनी आणि दमयंती साहनी या दांपत्याला जेव्हा पुत्ररत्न झालं, तेव्हा रवींद्रनाथ टागोरांनी या नवजात बालकाचं नाव 'परीक्षित' असं ठेवलं. का? तर, मातृत्वाच्या परीक्षेत दमयंती उत्तीर्ण झाल्या, म्हणून! हाच छोटा मुलगा मोठेपणी अभिनेता परीक्षित साहनी म्हणून ओळखला जाऊ लागला. प्रसिद्ध अभिनेते, लेखक, स्वातंत्र्यसैनिक बलराज साहनी यांचा तो पुत्र! चित्रपटक्षेत्रात स्वतःचं स्थान निर्माण करण्यासाठी बलराज साहनी यांना रावळपिंडी (पाकिस्तान) ते कोलकाता ते मुंबई असा मोठा पल्ला पार करून सुरुवातीला प्रचंड संघर्षही करावा लागला होता.

परीक्षित साहनी यांनी या मुलाखतीद्वारे आपल्या आजवरच्या प्रवासाला आणि वडिलांच्या आठवणींना दिलेला हा उजाळा.

लॉकडाऊनचे सुरुवातीचे पाचसहा महिने कसे गेले?

लॉकडाऊनचा काळ आबाल-वृद्ध सगळ्यांसाठीच कंटाळवाणा होता. नैराश्य, औदास्य, दु:ख अशा विविध भाव-भावनांमधून आपण जात होतो. माझ्यासाठी आतापर्यंतचा काळ फार कंटाळवाणा गेला नाही. मी आताशा अभिनयात तसा फार सक्रिय नसतो. फार पूर्वीपासूनच मी स्वत:ला इतर बऱ्याच गोष्टींमध्ये गुंतवून घेतलं आहे.

माझ्याकडे एकूण तीन संगणक आहेत. एकावर फोटोग्राफीसंबंधित माहिती, माझं काम आहे. दुसऱ्या संगणकावर मी लिहीत असलेली स्क्रिप्ट्स आहेत, तर नव्या संगणकावर मी लिहीत असलेलं पुस्तक आहे. त्यात मी व्यग्र असतो. संध्याकाळी साडेसातपर्यंत मी लिखाण करतो. नंतर या कामातून ब्रेक घेतला की टीव्हीवर बातम्या पाहणं, जेवणं, जमलं तर एखादी वेब सिरीज किंवा वेब शो पाहणं आणि रात्री अकरा वाजेपर्यंत झोपणं असा माझा दिनक्रम असतो. लॉकडाऊनच्या काळातही साधारण हाच दिनक्रम होता.

फिटनेस आणि आरोग्य कसं सांभाळता?

फिटनेससाठी मी पूर्वीही खूप काही प्रयत्न करत नव्हतो. मला जमेल, झेपेल तितका व्यायाम मी करतो. सकाळी उठल्यावर प्राणायाम आणि ५-१० मिनिटं योग करतो. संध्याकाळी घरच्या घरी चालतो. माझ्या दोन्ही गुडघ्यांचं ऑपरेशन झालं आहे. राहतं घर मोठं आहे, त्यामुळे घरात चालणं शक्य होतं. माझ्या मते अलीकडे बरेच लोक शारीरिक व्यायामाकडे विशेष लक्ष देतात. दंडबैठकांपासून जिमचा परिपूर्ण व्यायाम करतात. *बट व्हॉट अबाउट मेंटल हेल्थ?* मानसिक आरोग्य चांगलं आहे ना हे कुणीच पाहत नाही. म्हणूनच आत्महत्यांचं प्रमाण दिवसेंदिवस वाढतच आहे.

आपले नातेसंबंध आपल्याला अतिशय उत्तम रीतीनं जपता आले पाहिजेत. हल्ली नातेसंबंधांतला गोडवाच कोणाला टिकवता येईनासा झालाय. माझे व्यक्तिगत नातेसंबंध चांगले राहावेत म्हणून मी प्रयत्नशील असतो. जीवनातला ताणतणाव कमी केला, तर मानसिक आरोग्य उत्तम राहतं. माझ्या दोन्ही विवाहित मुलींशी मी व्हिडिओ कॉलवर दररोज बोलतो. दोघी जणी लग्नानंतर सिंगापूरला राहतात. हल्ली माझा मुलगा त्याच्या ॲनिमेशन, डिजिटल वर्कसाठी जयपूरला असतो. मी त्या सगळ्यांच्या दररोज संपर्कात असतो. माझे काही मित्र अमेरिकेत राहतात, त्यांच्याशीही फोनवर गप्पा मारतो. माझ्या पत्नीचं चार वर्षांपूर्वी निधन झालं. मी

मुंबईत आता एकटाच असतो. कौटुंबिक सुख अन्य कुठल्याही सुखापेक्षा मोठं असतं असं मला वाटतं.

तुमचे वडील - प्रसिद्ध अभिनेते बलराज साहनी यांच्या पावलावर पाऊल टाकून तुम्ही अभिनयाच्या क्षेत्रात आलात. पण तुमच्या मुलांपैकी कोणीच या क्षेत्रात कसे काय आले नाहीत?

आज बॉलिवूडमध्ये एकूणच जी परिस्थिती आहे ती पाहता मला वाटतं की, माझ्या मुलींनी या क्षेत्रात न येण्याचा जो निर्णय घेतला, तो योग्यच होता. माझ्या मुली सुस्वरूप आहेत. अभिनयात कदाचित त्यांचं उत्तम करिअर होऊ शकलं असतं. पण त्यांनी सर्वसामान्य मुलींप्रमाणं आयुष्य जगावं, संसार करावा अशी माझीही इच्छा होती. माझ्या मुलाला ॲनिमेशन, ग्राफिक्स आणि पेंटिंगची आवड असून तो त्याच क्षेत्रात काम करतो आहे. आता तो जयपूरला स्थायिक झालाय.

तुमची लेखनशैली, लिखाणाची आवड यांवर तुमचे काका भीष्म साहनी आणि तुमचे वडील बलराज साहनी यांचा प्रभाव आहे असं वाटतं का?

माझे वडील बलराज साहनी माझे अतिशय जवळचे मित्र, माझे मार्गदर्शक, माझे गुरू, माझे सर्वेसर्वा होते. फक्त एका मुद्द्यावर आमच्या दोघांची मतं सर्वस्वी भिन्न होती. ते नास्तिक होते, तर मी आस्तिक. त्यांना धार्मिक किंवा ईश्वरभक्त करावं असं मला कधीच वाटलं नाही; पण या चराचरामागं कुठे तरी ईश्वराचं अस्तित्व आहे हे त्यांना समजावं अशी माझी इच्छा होती. मग मी रामायण, महाभारत ते थेट हिंदुत्वावरची सगळी पुस्तकं, ग्रंथ वाचून काढले. राष्ट्रीय स्वयंसेवक संघाबद्दल अभ्यास केला. अनेक पुस्तकं, आत्मचरित्रं वाचली. स्वातंत्र्यवीर सावरकर यांच्याबद्दल मला खूप आदर आहे. अंदमानला असताना त्यांनी जे काही लिहिलं आहे ते सगळं मी वाचून काढलं. प्राचीन भारतीय इतिहास वाचला. मगध, मौर्य ते शिवाजी महाराज, मराठ्यांचा इतिहास, कार्ल मार्क्सची पुस्तकं, टॉलस्टॉयचे साहित्य असे खूप वाचन केले. सतत वाचतोच आहे.

माझ्या वडिलांबद्दलच्या आठवणींवर मी *मेमरीज ऑफ माय फादर, बलराज साहनी* नावाचं एक पुस्तक लिहिलं आहे. या मी लिहिलेल्या चरित्रपर पुस्तकाचं अनावरण अमिताभ बच्चन यांनी केलं होतं. मी काही पटकथा, कथा लिहिल्या आहेत. सध्या वेब सीरिजसाठी लिहिणं सुरू आहे. लेखन ही जर कला असेल, तर मला ही कला कदाचित ताऊजी (काका भीष्म साहनी) यांच्याकडून लाभली

असेल. पण मी साहित्यिक नाही. माझ्या लिखाणाला साहित्यिक मूल्यं नाहीत. लिहिणं मला खूप प्रिय आहे. अलीकडे हा लेखनाचा आनंद मी पुरेपूर घेतो आहे.

वडिलांचं आणि तुमचं कार्यक्षेत्र एकच असल्यानं तुमच्या कामाची तुलना त्यांच्या कामाबरोबर केली गेली, त्याच तराजूत यश मोजलं गेलं असं वाटतं का?

बलराज साहनी-परीक्षित साहनी, इंदर राज आनंद-टिनू आनंद, राज कपूर-रणधीर कपूर, अमिताभ बच्चन-अभिषेक बच्चन, धर्मेंद्र-सनी देओल, विनोद खन्ना-अक्षय खन्ना असे अनेक पिता-पुत्र आपल्या भारतीय सिनेसृष्टीत आहेत ज्यांची कायमच तुलना केली गेली. पहिल्या पिढीला जितकं यश, नाव मिळालं, तितकं दुसऱ्या पिढीला नाही मिळालं. मोठ्या वृक्षाखाली लहान वृक्ष वाढत नाही असं म्हणतात तसंच असावं कदाचित... असो. माझ्या वडिलांना त्यांच्या काळाला सुसंगत कथानकं मिळाली. त्यांचे बरेच चित्रपट चालले. मात्र मला योग्य चित्रपट मिळाले नाहीत. जे मिळाले, त्यातले काही चालले, तर काहींना अपयश आलं. मला जेव्हा एकाच साच्यातल्या भूमिका मिळू लागल्या, तेव्हा मात्र मी 'सबॅटिकल' घेतली. मात्र पुनरागमन केलं तेव्हा निर्मात्यांची नवी पिढी आलेली होती. कथांचं एकूण स्वरूप बदलून गेलं होतं. त्यामुळे विषाद, खंत न बाळगता जे चित्रपट योग्य वाटले, तेच मी आनंदानं केले.

मी टीव्ही सिरियल्स मात्र बऱ्याच केल्या. *गुल गुलशन गुलफाम* ही माझी मालिका खूप लोकप्रिय झाली होती. नंतरच्या काळात माझं घर ते टीव्ही स्टुडिओज् हा प्रवास मला मोठा कठीण होऊन बसला. डेली सोप्सचा जमाना आला होता. १२-१४ तास अखंड शूटिंग करणं मला अवघड झालं. म्हणून नंतरच्या काळात मी टीव्हीसाठी काम करणं कमी केलं.

'पवित्र पापी' या गाजलेल्या चित्रपटाची कथा तुम्ही लिहिली होती, तसंच त्याचं दिग्दर्शनही तुम्हीच करणार होतात, हे खरं आहे का?

या चित्रपटापासून माझ्या करिअरची सुरुवात झाली. या चित्रपटाची कथा मीच लिहिली होती आणि माझ्या कथेवरल्या या चित्रपटाचं दिग्दर्शनही मीच करावं असं ठरलं होतं. पण निर्मात्यानं मला दिग्दर्शन करू दिलं नाही. त्याऐवजी त्यांनी मला चित्रपटामध्ये मुख्य नायकाची भूमिका करण्याची गळ घातली. मी वडिलांशी याबाबत चर्चा केली. ते म्हणाले की, कदाचित नियतीच्या मनात तुझी दिग्दर्शक म्हणून नाही, पण नायक म्हणून कारकिर्द घडवायची असेल! वडिलांची

आज्ञा शिरसावंद्य मानत मी दिग्दर्शक म्हणून नव्हे, तर नायक म्हणून कारकिर्दीला सुरुवात केली.

एक कलाकार म्हणून, तसेच एक पिता म्हणून तुमच्या वडिलांबद्दलच्या आठवणी, भावना काय आहेत?

मी त्यांच्याच सहवासात घडलो. मात्र मी लहान असताना आपले वडील कोणीतरी मोठी व्यक्ती आहेत, याची मला कल्पना नव्हती. मी आठ वर्षांचा असतानाच माझी आई वारली. त्यानंतर माझ्यावर लक्ष देणारं कुणी नाही म्हणून वडिलांनी मला हॉस्टेलला ठेवलं होतं. त्यामुळे खूप लहान असताना त्यांचा तितका सहवास मिळाला नाही. दहावीनंतर मात्र मी नेहमी त्यांचा सल्ला घेत असे.

वडिलांना मी 'डॅड' म्हणत असे. 'पवित्र पापी' या चित्रपटाद्वारे मी जेव्हा या क्षेत्रात आलो त्यावेळी 'मी बलराज साहनी यांचा मुलगा आहे' अशी थोडी

'ग'ची बाधा मला झाली होती. माझं वर्तन बरोबर नव्हतं. मात्र माझ्या वागणुकीचा त्यांना लगेच सुगावा लागला. ते त्या वेळी त्यांच्या दुसऱ्या कुठल्या चित्रपटाच्या शूटिंगसाठी मुंबईबाहेर गेले होते. तो ट्रंकॉलचा काळ होता. त्यांनी तिथून मला 'पवित्र पापी'च्या सेटवर थेट फोन केला. डॅडनी अगदी सौम्य भाषेत पण योग्य समज दिली. ते म्हणाले, *'बेटे, फिल्म का सेट हमारा मंदिर है, यह बात कभी नहीं भूलना। मंदिर में हम भगवान के सामने कैसे विनम्र, नतमस्तक हो जाते है, वैसेही शूटिंग समय तुम्हें पेश आना है। अपने सहकारी कलाकारोंके साथ हमेशा अच्छा*

व्यवहार रखना। अपना काम पूरी इमानदारी और विश्वास के साथ करना।' त्यांचे ते बोल आजही मी विसरलेलो नाही.

एकदा मी एका निर्मात्याला भेटण्यासाठी एका सेटवर गेलो होतो. तिथे डॅडचं शूटिंग सुरू होतं. मी आश्चर्यानं त्यांच्याकडे बघतच बसलो. गुडघ्यापर्यंत लांब चड्डी आणि एक विटका बनियन त्यांच्या अंगात होता. याच वेशात ते दिवसभर निवांतपणे वावरत होते. पण मला तो पोशाख खटकला. ते घरी आले तेव्हा मी त्यांच्याशी बोललो. त्यावर ते म्हणाले, माझे 'दो बीघा जमीन'सारखे चित्रपट तू बघ. व्यक्तिरेखेसाठी कुठलेही, कशाही प्रकारचे पोशाख घालावे लागतात. त्यात संकोच कसला?'

डॅड अभिनय करताना त्यांच्या प्रत्येक भूमिकेत सहजपणे शिरत, जणू अलवारपणे परकायाप्रवेशच! ते एका चित्रपटात खाणकामगारची भूमिका करत होते. ते इतके हुबेहूब दिसत होते की त्या वेषात सेटवर त्यांना कुणीही बलराज साहनी म्हणून ओळखलं नाही. कोळ्याच्या भूमिकेच्या वेळी शूटिंग संपेपर्यंत ते कोळ्यांबरोबर कोळीवाड्यात जाऊन राहिले होते. एक हाडाचा कलावंत, प्रेमळ वडील, आदर्श पती, उत्कृष्ट सहकलावंत, उत्तम लेखक, एक सहृदय माणूस असे डॅडच्या व्यक्तिमत्वाचे अनेक पैलू मी अनुभवलेत. आणि तेच त्यांच्या चरित्रात मांडण्याचा मी प्रयत्न केला आहे. अनेकदा सेटवर ते त्यांचा टाईपरायटर घेऊन जात आणि त्यांना दोन शॉट्समध्ये मिळणाऱ्या वेळात ते आपली प्रवासवर्णनं लिहीत. 'मेरा पाकिस्तानी सफरनामा', 'मेरा रूसी सफरनामा' ही मोठाली पुस्तकं त्यांनी सेटवर बसूनच टाईप केली आहेत. त्यांनी त्यांचं आत्मचरित्र 'मेरी फिल्मी आत्मकथा' हेसुद्धा तसंच लिहून पूर्ण केलं.

दिलीप कुमार, देव आनंद, नर्गिस अशा अनेक दिग्गज कलाकारांसोबत तुम्ही काम केलं आहे. यांपैकी कोणाचा प्रभाव तुमच्यावर पडला आहे असं वाटतं का?'

दिलीप कुमार, देव आनंद, नर्गिस, राज कपूर या सगळ्यांबरोबर काम करण्याची संधी मला मिळाली. मात्र माझ्या वडिलांचा प्रभाव माझ्यावर कायमच अधिक

होता. ते स्वाभाविकच होतं म्हणा. राज कपूर यांच्याकडे मी 'मेरा नाम जोकर' चित्रपटासाठी साहाय्यक दिग्दर्शकाचं काम केलं. शम्मी कपूर, शशी कपूर यांच्यासोबतही काम केलं. पुढे देव आनंद यांच्या भाचीशी माझं लग्न झालं. त्यामुळे आम्ही नात्यानंही जोडले गेलो. देव साहेब त्यांच्या कामाशी इतके प्रामाणिक होते, की त्यांनी ड्रिंक्सला, सिगारेटला कायमचा रामराम केला होता. त्याबाबत त्यांनी आपल्या डायरीत आधीच तशी नोंद करून ठेवली होती. स्वतःच्या इमेजला खूपच जपणारा, झोकून देऊन काम करणारा हा कलावंत मला जवळचा होता. अमिताभ बच्चन यांचे वडील आणि माझे वडील एकमेकांचे स्नेही होते. माझे आणि अमिताभ बच्चन यांचेही अजून जवळचे संबंध आहेत. माझ्यावर अमिताभ यांचाही खूप प्रभाव आहे. संजीव कुमार माझ्यासाठी हरीभाई जरीवाला होता. त्यानं मला अजय साहनी हे नवं फिल्मी नाव दिलं होतं. माझ्या आयुष्यात आलेल्या अडचणी मी हरीभाईबरोबर शेयर करत असे. आमच्या खूप गप्पा होत. माझा हा जिगरी दोस्त फार लवकर गेला. राजकुमार यांच्यासोबतही मी काम केलं आहे. माझ्या वडिलांच्या निधनानंतर मला राजकुमार यांनी मानसिक बळ दिलं.

आयुष्यात आलेल्या या सगळ्या मान्यवरांनी माझं आयुष्य समृद्ध केलं! म्हणून मी श्रीमंत आहे!

★★★★★

अभिनय ते राजकारण

शबाना आझमी

अभिनय असो किंवा राजकारण-समाजकारण अभिनेत्री शबाना आझमी यांनी वेळोवेळी आपली कणखर भूमिका मांडलेली आहे! देशविदेशांत अनेक प्रतिष्ठित पुरस्कारांच्या मानकरी ठरलेल्या शबाना आझमी यांना तिच्या वयाची पासष्टी उलटल्यानंतरही कसदार भूमिकांची कमतरता नाही, हे विशेष! त्यांच्या 'चॉक अँड डस्टर' चित्रपटात शबाना यांनी विद्या सावंत नामक शिक्षिकेची भूमिका रंगवली असून, त्यांच्या मैत्रिणीच्या भूमिकेत अभिनेत्री जुही चावला यांनी रंग भरले आहेत!

लेखक-गीतकार पती जावेद अख्तर यांच्याशी असलेले मैत्रीपूर्ण नाते, स्वयंपाकाशी असलेला छत्तीसचा आकडा, ड्रेसिंग स्टाइलमागे दडलेला भूतकाळ, सेन्सॉर बोर्डाचे नवे अध्यक्ष श्याम बेनेगल अशा अनेक मुद्द्यांवर शबाना यांनी आपली मतं मांडली!

नुकत्याच प्रदर्शित झालेल्या 'चॉक अँड डस्टर' चित्रपटात तू रंगवलेली विद्या सावंत शिक्षिकेची भूमिका तुला का भावली? त्यात वेगळेपण काय वाटलं?

मुळातच हा चित्रपट सुभाष नामक एका मेहनती रंगभूषाकाराने निर्माण केलाय. कलावंताच्या रंगभूषेपेक्षा जीवनात काहीतरी वेगळे करावे, ही त्याची धडपड, आस्था मला हा चित्रपट करण्यासाठी प्रेरित करून गेली! दुसरे महत्त्वाचे कारण म्हणजे, चित्रपटाची कथा आणि त्यातली माझी व्यक्तिरेखा सशक्त आहे. सिनेमा एक अंडरकरंट संदेशही देतो. आपल्या प्रत्येकाच्या जीवनात एक अशी व्यक्ती येते, जी आपलं जीवन बदलून टाकते. या शिक्षकरूपी व्यक्तीचा आपल्याला यथावकाश विसर पडतो! शिक्षक आपलं जीवन बदलून टाकतात!

आजवर केलेल्या भूमिकांत मला शिक्षक होण्याची संधी मिळाली नव्हती! माझी वहिनी सुलभा आर्या ही हाडाची शिक्षिका आहे. माझ्या घरातच मला 'विद्या सावंत' हे रोल मॉडेल मिळालं, त्यामुळे भूमिका करणं फार कठीण गेलं नाही!

तरीही स्वतःचे क्रिएटिव्ह इनपुट्स घातले असतीलच, आणि तसा उल्लेख जुही चावलाने केला आहे!

जुही चावला स्वतः एक संवेदनशील अभिनेत्री आहे यात शंका नाही, पण तिला स्टेजचा अनुभव नाही मिळाला कधी! त्यामुळे तिला माझ्या अभिनयाची पद्धत काहीतरी वेगळी वाटली असेल! अभिनय जिवंत वाटावा, व्यक्तिरेखा जिवंत वाटावी म्हणून खूपदा वर्कशॉप्स घेतली जातात. वर्कशॉप्समध्ये मला जर स्वयंपाकघरात काम करताना दाखवण्यात येणार असेल, तर पिठापासून मिठापर्यंत, प्रत्येक वस्तू मी स्वतः हाताने ठेवते; कारण चित्रीकरण होताना ते वास्तविक वाटतं, कृत्रिम भासत नाही!

'चॉक अँड डस्टर' या चित्रपटाचं चित्रीकरण करण्यापूर्वी माझी भेट प्रॉडक्शन डिझायनरशी झाली. विद्या सावंतच्या घराचा सेट कसा असावा याबद्दल चर्चा झाली. या चर्चेवेळी त्याने घराचे पडदे कसे असतील याचा एक नमुना दाखवला! त्या वेळी मी त्याला माझ्या घरातल्या जुन्या साड्या मागवून आणून दिल्या. विद्या सावंत अतिशय मेहनती, साधीसुधी, कष्टाळू स्त्री आहे. तिच्या घरातले पडदे डिझायनर नसतील, तर ते साडीचे असतील. त्यातून तिची काटकसरी वृत्ती दिसेल! शिवाय, साड्यांचे पडदे वापरल्यामुळे सिनेमासाठी करावी लागणारी प्रकाशयोजना करणं सोपं जाईल!

शालेय जीवनातल्या कुठल्या शिक्षकांनी तुमच्या आयुष्यावर प्रभाव टाकला?

माझे आईवडील - शौकत आणि कैफी आझमी आणि माझे पती जावेद अख्तर यांचा प्रामुख्याने माझ्या जीवनावर प्रभाव आहे. पण या तिघांखेरीज आणखी एक व्यक्ती मला गुरुस्थानी आहे, मला अभिनय शिकवणारे म्हणण्यापेक्षा अभिनयाची देहबोली शिकवणारे रोशन तनेजा! आजही त्यांचे विचार काळानुरूप सुसंगत आहेत!

शाळेतल्या एका शिक्षिकेची आठवण मात्र न विसरण्याजोगी आहे. मी 'क्वीन्स मेरी' (उत्तर प्रदेश - सिंघाई) शाळेत शिकले. अभ्यासात हुशार होते, पण गणितात मात्र अगदी ढ! गणित शिकवणाऱ्या शिक्षिकेचं नाव 'मिस भरुचा' होतं. त्या वर्गात आल्या की 'अटेंडन्स' घेत असत. माझं नाव सुरुवातीलाच यायचं. 'आझमी शबाना' असा पुकारा करत ती मला वर्गाच्या बाहेर उभे करत असे! माझी गणितातली प्रगती (की अधोगती?) माझ्या हकालपट्टीला कारणीभूत असावी असं मी गृहित धरलं! मग हा रोजचा सिलसिला झाला!

'टीचर्स डे'ला मला शिक्षक होण्याची संधी मिळाली की, मिस भरुचा होणं मी पसंत करू लागले! इतका या शिक्षिकेने माझ्यावर प्रभाव की कु-प्रभाव टाकला!

वर्कशॉप करताना किचनमध्ये जाऊन मी प्रत्यक्ष काम करते, जेणेकरून दृश्यामध्ये वास्तविकता यावी, असा उल्लेख नुकताच तुम्ही केलात. प्रत्यक्ष जीवनात स्वयंपाक करता का? कितीसा वेळ देता येतो किचनमध्ये?

हाऽहाऽऽ! अजि, मैं खाना ही ढंग का बना सकती नहीं! एखाद्या दिवशी मी काही प्रात्यक्षिक करू पाहते, पण माझा पदार्थ किचनमध्ये तयार होऊन डायनिंग हॉलमधल्या डिशमध्ये येण्यापूर्वी घरातले सदस्य वाट फुटेल तिकडे पळ काढतात! मी गंमत नाही करत! जावेद, फरहान, झोया कुणी थांबत नाही त्या दिवशी घरी! माझं स्वयंपाकातलं कौशल्य इतकं वादग्रस्त ठरलंय की, काही सांगता सोय नाही!

माझे वडील मात्र माझी हिंदुस्थान-पाकिस्तान नकाशा असलेली रोटी खात असत, तेही आनंदाने, विना तक्रार! सुगरण होण्यासाठी मी दररोज गाते, 'हम होंगे कामयाब एक दिन!'

उत्तम स्वयंपाक करणं हे माझं स्वप्न आहे! कधी तरी मी सुगरण होऊन दाखवेन!

सध्याची शिक्षणपद्धती सदोष आहे का?

शंभर टक्के सदोष नाही, पण आदर्श म्हणता येईल अशी ही नाही! पण, माझ्यापेक्षा या प्रश्नाचं उत्तर जुही चांगलं देऊ शकेल, कारण तिची मुलं सध्या शाळेत शिक्षण घेतायत. हल्लीच्या शिक्षणाशी तिचा थेट संबंध आहे, त्यातले गुण-दोष तिला ठाऊक आहेत. पाचसहा वर्षांच्या मुलांची दप्तरं त्यांच्या वजनाइतकी - कांकणभर जास्तीच वजनाची असतात! गुगलवर सगळी उत्तरं जर मिळतात, तर मुलांनी शाळेत का जावं? शाळेत जाऊन काही एक्सपेरिमेंटल शिक्षण मिळणं गरजेचं आहे.

तीन वर्षांच्या मुलांच्या पाठ्यपुस्तकात लिहिलेलं असतं, *'माँ कहा है?'* आणि त्याचं उत्तर काय तर म्हणे, *'माँ किचन में और पिताजी दफ़्तर में हैं!'* आईचं स्थान स्वयंपाकघरात आणि वडील ऑफिसमध्ये असतात! हा 'नियम' इतक्या लहान मुलांना आपण का शिकवावा? मी स्वतः संसदेत हा प्रश्न उपस्थित केला होता. आई ऑफिसमध्ये आणि वडील किचनमध्ये असा सामाजिक संकेत का असू नये? ज्याचं उत्तर मला आजही मिळालेलं नाही! स्टीरिओटाइप शिक्षणपद्धती असू नये.

प्रख्यात दिग्दर्शक श्याम बेनेगल यांनी सेन्सॉर बोर्डाचं अध्यक्षपद स्वीकारलं. कोणते बदल अपेक्षित आहेत?

श्याम बेनेगल यांच्यासारखे मातबर दिग्दर्शक सेन्सॉर बोर्डाचे अध्यक्ष म्हणून निवडून आलेत, तेव्हा त्याचा फायदा समस्त चित्रपटसृष्टीला होवो. यूपीए शासन असताना शर्मिला टागोर आणि शिष्टमंडळाने खूपशा सूचना दिल्या होत्या; पण त्यांचा काहीही फायदा झाला नाही. सरकार बदललं की सेन्सॉरच्या कामातही अडथळे येतात! भारतीय सिनेमाची नैतिकता शासन दरबारी का असावी? का टिकावी? आपल्याकडे आजही इंग्लंडमधलं धोरण सुरू असतं, पण गरज आहे अमेरिकेचं धोरण राबवण्याची! अमेरिकेची 'सेल्फ रेग्युलेशन' सिस्टीम आहे, प्रसंगी तिथल्या निर्मात्यांना ट्रिपल एक्स असे सर्टिफिकेटदेखील घ्यावे लागते.

म्हणूनच सेन्सॉर बोर्डावर फक्त चित्रपट क्षेत्रातले मान्यवर असावेत, जे सगळे जाणून आहेत!

तुमचा ड्रेसिंग सेन्स वाखाणला जातो.

माझ्या ड्रेसिंग स्टाइलवर माझ्या अम्मीचा (आईचा) प्रभाव आहे. माझ्यात जीवनमूल्यं आहेत, ती माझे वडील कैफी आणि आई शौकत यांची! अवघ्या २०० स्क्वेअर फुटांचं आमचं घर, ज्यात आम्ही आठ कुटुंबं गुण्यागोविंदाने राहत असू. इतक्या मोठ्या कुटुंबासाठी शौचालय आणि न्हाणीघर एकेकच होतं! राजकीय, सामाजिक, आर्थिक, अशा अनेक विचारांची मैफील भरत असे. अनेक दिग्गज येत असत. मैफिली-मुशायरे, संमेलनं, हे नेहमीचं होतं. त्यांत मी हळूहळू घडत गेले! जे काही तुटपुंजं उत्पन्न अब्बूंचं होतं, त्यांतले खूपसे पैसे वडील कम्युनिस्ट पार्टीला देत असत. आईचा नाईलाज झाला. रेडियोवर तिचे कार्यक्रम चालू झाले आणि त्यातून घर चालवून ती छानपैकी फॅशनेबल कपडे वापरात असे. महागातले नसले, तरी तिचे कपडे उच्च अभिरुचीसंपन्न असत. तिचं तत्त्वज्ञान माझ्यात आलं असावं. ब्रॅण्डेड कपडे महाग म्हणून ते अभिरुचीसंपन्न हा माझा गैरसमज तिने दूर केला! साध्या, सुती कपड्यांमध्येही उत्तम क्रिएटिव्हिटी शक्य आहे हे मी लवकरच जाणलं!

'मिक्स अँड मॅच' कपडे मी वापरू लागले. माझ्यासाठी ब्रॅण्डेड कपड्यांचं महत्त्व उरले नाही! माझ्या घरची माझी सहायक बाई कंटाळून म्हणते, 'तुमचे कपडे आवरणं मोठं कठीण काम आहे, तुम्ही कधी कुठली सलवार - कुठला दुपट्टा वापराल हे सांगणं कठीण आहे. म्हणूनच तुमचे वॉर्डरोब आवरणं कठीण आहे!'

माझी मोलकरीण माझं कपाट पद्धतशीरपणे आवरू शकत नाही, कारण मी कधी कोणती सलवार, त्यावर मिक्स-मॅच होईल असं कॉंबिनेशन करेन याची खात्री नसते तिला!

मोठे कवी-लेखक म्हणून प्रसिद्ध असलेले जावेद अख्तर प्रत्यक्षात पती म्हणून कसे आहेत? तुम्हाला पाहून त्यांनी किती कविता केल्या आहेत?

माझे वडील कैफी आझमी, माझे सासरे, माझे पती आणि मुलगा फरहान अख्तर ही माझ्या निकटची सगळीच मंडळी कवी, शायर आणि गीतकार आहेत, होती! आमच्या लग्नानंतर सुरुवातीच्या दिवसांमध्ये मी जावेदला म्हटलं की, माझ्यावर शायरी अपेक्षित आहे! जावेद म्हणाले, 'शबाना, शायरी करणं, गीत लिहिणं हा माझा व्यवसाय आहे. सर्कशीतले विदूषक सर्कशीत उलटसुलट उड्या मारतात! आपल्या स्वतःच्या घरी मर्कटचेष्टा करतील का ते? मी पडद्यावरच्या नायिकांसाठी रोमँटिक गाणी लिहितो, ज्याचे मला पैसे मिळतात!'

जावेदच्या या युक्तिवादावर मी गप्प बसते! माझी समजूत आहे, जावेदच्या लेखणीचा प्रेरणास्रोत मी आहे! जावेद म्हणतात, *'शबाना, हम दोनो में इतनी अच्छी दोस्ती हैं, कि शादी भी हमारा बाल बांका नही कर सकी!'*

मी म्हणते, *'चलो, यही सही!!'*

★★★★★

देखणा अभिनेता

कंवलजीत सिंग

अभिनेता कंवलजीत सिंग हा हिंदी चित्रपट सृष्टीतल्या देखण्या नटांपैकी एक! सहा फूट उंची, भारदस्त बांधा, घरंदाज चेहरा, त्यावरही ऋजुता... या चेहऱ्याच्या मनुष्यानं कधीच कुणाचं वाईट केलं नसणार असंच त्यांच्या सात्त्विक चेहऱ्याकडे पाहून वाटावं! अनेक हिंदी चित्रपट, अनेक टीव्ही मालिका, अनेक पंजाबी चित्रपट केल्यानंतर कंवलजीत सध्या वेब सिरीज अर्थात ओटीटी प्लॅटफॉर्मकडे वळले आहेत.

कंवलजीत यांची आणखी एक वेगळी ओळख म्हणजे, दादामुनींचे, म्हणजेच ज्येष्ठ अभिनेता अशोक कुमार यांचे ते नातजावई! दादामुनींची नात अनुराधा पटेल (आपल्या सौंदर्यानं 'इजाज़त' चित्रपट गाजवणारी अभिनेत्री) आणि कंवलजीत हे दांपत्य.

लॉकडाऊनचे ५-६ महिने काय केलंत? वेळ कसा गेला?

सुरुवातीचे ८-१० दिवस हे नेमकं काय आहे असा प्रश्न पडला. लॉकडाऊन म्हणजे काय असेल याची नीटशी कल्पना नव्हती. थोडे दिवस सगळे जिथे असतील तिथे बंदिस्त राहतील असं वाटत होतं. मी मार्चच्या दरम्यान खूप बिझी होतो. कॅनडा, दुबई, मथुरा, बिहार अशा सगळ्या ठिकाणी कुठे व्यक्तिगत कामं तर कुठे चित्रपट आणि वेब शोजचं शूटिंग, असं नॉन-स्टॉप शेड्युल होतं. मला तेव्हा असंसुद्धा वाटून गेलं की, आराम मिळावा म्हणून अनपेक्षितपणे मिळालेली ही सुट्टी आहे. पण महिना-दोन महिने उलटून गेले तरी शूटिंगच काय, पण जनजीवनही नॉर्मल झालं नाही. उलट स्थिती भयावहच होत गेली. *मायूसी बढती ही गयी। हर दिन डिप्रेसिव्ह होता गया।* त्यामुळे या पाचसहा महिन्यांत करण्यासारखं तसं काही नव्हतं. योग, प्राणायाम यांत फार तर अर्धा तास जातो. पुढे काय? कोरोना कमी होण्याची चिन्हंच नव्हती. ज्येष्ठ नागरिकांसाठी तर हे प्रकरण अति गंभीर बनत होतं.

हळूहळू निर्बंध कमी होऊन कामाला सुरुवात होते आहे. यादरम्यान मनोरंजन क्षेत्रात ओटीटी प्लॅटफॉर्मनं आपलं स्थान निर्माण केलं आहे. या नव्या माध्यमातल्या हॉटस्टारवरच्या 'होस्टेजेस-२'मधली तुमच्या भूमिकेची विशेष चर्चा होतेय. काय सांगाल या वेब शोबद्दल?

ओटीटी प्लॅटफॉर्मवर माझा हा तसा पहिलाच मोठा शो आणि पहिली एंट्री आहे. माझ्या मते अभिनय करताना माझ्यासाठी चित्रपट, टीव्ही किंवा ओटीटी माध्यम हे सगळं एकसमानच आहे. प्रत्येक माध्यमात काम करताना अभिनयाचा आविष्कार एकसारखाच असतो. रंगभूमीवर मी फारसा सक्रिय नसतो. तिथे अभिनय लाऊड

असतो. चित्रपट आणि टीव्हीचे कॅमेरे अतिसंवेदनशील असतात. त्यामुळे इथे 'सटल ॲक्टिंग'च योग्य ठरतं.

होस्टेजेस-२ सीरीजचे डायरेक्टर सुधीर मिश्रा आहेत, तर एपिसोड डायरेक्टर सचिन कृष्णन आहेत. त्यांनी कथा ऐकवली आणि मला रोल आवडला. कमांडर ऑफ चीफ ऑफ पोलिसची व्यक्तिरेखा कोणाला आकर्षक वाटणार नाही? मला स्वतःला सैनिकी अधिकारी, पोलिस अधिकारी यांच्या कामाचं तसंही खूप अप्रूप आहे. मला खरं तर सैन्यातच जायचं होतं. पण नियतीला ते मान्य नसावं. असो! माझ्या नानाजींनी मात्र जागतिक महायुद्धात उल्लखेनीय कामगिरी बजावली होती.

या शूटिंगदरम्यानची एक गंमतीदार गोष्ट सांगतो. निखिल अडवाणीचा एक चित्रपट मी करत होतो. त्यासाठी मला दाढी ठेवायची होती. फिल्म कंटिन्युइटीसाठी मी त्या पूर्ण काळात दाढी तशीच ठेवली होती. या दरम्यानच 'होस्टेजेस'चं शूटिंग सुरू झालं. आता त्यातल्या पोलिस ऑफिसरच्या व्यक्तिरेखेसाठी दाढीचं काय करावं असा प्रश्न मला पडला होता. पण दाढीच्या प्रश्नावर तेच म्हणाले, *'आपको हम सरदार बना देते है!'* आणि अशा तऱ्हेनं माझ्या वाढलेल्या दाढीचा प्रश्न चुटकीसरशी सुटला. एकूणच 'होस्टेजेस' ही वेब मालिका प्रेक्षकांना आवडतेय हे ऐकून समाधान वाटलं.

फक्त एका गोष्टीचं वाईट वाटतं की, ओटीटी प्लॅटफॉर्मवर कसलेही निर्बंध नाहीत. अमर्याद हिंसा दाखवा, कामुक दृश्यं दाखवा किंवा शारीरिक संबंधांची रेलचेल दाखवा. कुणीही जाब विचारणारं नाही. यामुळे ही अनैतिकता आपल्याला कुठे घेऊन जाणार आहे या विचारानं मी अस्वस्थ होतो.

कोविडच्या या काळात ६५ वर्षांपुढील कलाकारांनाही काम करण्याची परवानगी देण्यात यावी म्हणून मी प्रयत्नशील होतो. आता अलीकडे ही परवानगी मिळाली; पण तितक्यातच प्रख्यात अभिनेत्री आशालता वाबगांवकर यांचा कोरोनानं बळी घेतला! काम करण्याचा परवाना आता हायकोर्टाकडून मिळाला असल्यानं बॅकलॉगची सगळी शूटिंग्स सुरू झाली आहेत, पण तरीही माझ्या मनात धाकधूक आहेच.

आजवरचा तुमचा अभिनय प्रवास कसा झाला? त्याबद्दल समाधानी आहात का?'

मुझे जर्नी में मज़ा आता है। मुकामपर पहुँचने में मज़ा नहीं है।

मी धर्मानं शीख आहे, पण माझा जन्म पंजाबचा नाही. पंजाबी भाषा मला बोलता येऊ लागली तीसुद्धा थोडी उशिराच. माझा जन्म उत्तर प्रदेशातल्या सहारनपूरचा.

मसूरीमध्ये माझं शालेय शिक्षण झालं. दहावी-बारावी होईपर्यंत मी एअरफोर्समध्ये जाण्याच्या विचारात होतो. आमचं एकत्र कुटुंब होतं. उत्तरप्रदेशात राहिल्यामुळे घरातल्या खाद्यसंस्कृतीवरही पंजाबीबरोबर उत्तर भारतीय प्रभाव होता. बरेचसे शेजारी, मित्र, सहकारी हिंदी बोलत. त्यामुळे माझ्यावर पंजाबीचे - आमच्या मातृभाषेचे संस्कार फार कमी झाले आहेत.

म्हणून अभिनयाच्या पुढच्या टप्प्यावर मला जेव्हा पंजाबी चित्रपटांच्या ऑफर्स आल्या, तेव्हा माझं मन द्विधा झालं होतं. मी अस्खलितपणे माझी मातृभाषा बोलू शकेन का, असं वाटे. पण मला पंजाबी चित्रपटांमध्ये घेणाऱ्या निर्मात्यांना मात्र मी पंजाबीत संवाद म्हणू शकेन याबद्दल विश्वास होता. आणि पुढे मग अनेक पंजाबी चित्रपट मी करू शकलो.

अभिनयासाठी तेव्हा पुण्याच्या 'फिल्म अँड टेलिव्हिजन इन्स्टिट्यूट ऑफ इंडिया'चं ('एफटीआयआय'चं) नाव खूप प्रसिद्ध होतं. माझ्या एका मित्रानं या संस्थेचे फोटो, माहिती मला एकदा पाठवली होती. तेव्हापासून मला अभिनयाची भुरळ पडली आणि मी अभिनयात जाण्याचं ठरवलं.

अभिनयाची प्रत्यक्ष सुरुवात कशी झाली?

पारंपरिक मूल्य असलेल्या कुटुंबात आपलं मत पटवून देणं, मनधरणी करणं तितकं सोपं नसतं. मला पदवी मिळाली आणि त्यानंतर घरच्यांना माझं मत पटवून देऊन, त्यांची मनं वळवून मी महाराष्ट्रात, पुण्यात आलो. पुण्यात आल्यानंतरचा एक किस्सा सांगतो. पुण्यात पोहोचल्या-पोहोचल्याच अचानक मला रस्त्यावर वारांगना दिसल्या. मी प्रथमच वारांगना पाहात होतो. त्यांच्या हावभावांकडे, त्यांच्या उत्तान वेषभूषेकडे, भडक शृंगाराकडे पाहून मी इतका घाबरलो की, मला आल्या पावली परत माझ्या सहारनपूरला निघून जाण्याची इच्छा झाली. या बायकांनी मला चांगलंच घाबरवलं होतं. मी घरी फोन केला. या घटनेबद्दल सांगितलं. घरच्यांनी मला थोडं समजावलं. 'लहानशा गावातून मोठ्या शहरात पाऊल टाकलं आहेस. मन घट्ट कर. नाहीतर तुझी प्रगती कशी होणार?' वगैरे वगैरे. मग कुठे मी शांत झालो होतो.

पुण्यात 'एफटीआयआय'ला प्रवेश घेतला. रामेश्वरी, शबाना आझमी, शत्रुघ्न सिन्हा, डॅनी डेंगझोपा, नसिरुद्दीन शाह हे सगळे माझ्या मागे-पुढे होते. रोशन तनेजा आमचे शिक्षक होते. हा अभिनयाचा पाठ्यक्रम पूर्ण झाल्यावर मला 'दास्तान-ए-लैला मजनू', सुप्रसिद्ध दिग्दर्शक विजय आनंद यांचा 'रहें ना रहें हम' आणि केतन आनंद यांचा 'शर्त' आणि 'शक' हे चित्रपट मिळाले. पण माझ्या

दुर्दैवाने या चित्रपटांना अपयश आलं. त्यामुळे ज्या वेगानं करिअर सुरू झालं, त्या वेगानं ते पुढं सरकलं नाही.

मात्र याच दरम्यान मला टीव्हीच्या ऑफर्स येऊ लागल्या होत्या. त्यामुळे मी 'बुनियाद' मालिका स्वीकारली. 'बुनियाद' मालिकेत काम करणाऱ्या कलाकारांचा ताफा फार मोठा होता. नामवंत कलाकार, लेखक मनोहर श्याम जोशी, दिग्दर्शक ज्योती स्वरूप आणि रमेश सिप्पी अशी मातब्बर मंडळी असल्यानं मी होकार दिला. 'बुनियाद'चं कथानक आणि माझी 'सतबीर' ही व्यक्तिरेखा मला अतिशय आवडली होती. सतबीर हा विवाहबाह्य संबंधातून जन्माला आलेला असतो. त्यामुळे त्याला सोसावे लागणारे सामाजिक अपमान-उपेक्षा पटकथेत सशक्तपणे दाखवले गेले होते. मला या मालिकेनं खूप प्रसिद्धी मिळवून दिली आणि माझ्यासाठी पुन्हा सिनेमाचे दरवाजे उघडून दिले. पण आधीच्या अपयशानं माझं तोंड पोळलं असल्यानं मी खूप जपून निर्णय घेतले. नव्या ऑफर्सदेखील मी अतिशय विचारपूर्वकच स्वीकारल्या.

चित्रपट स्वीकारण्यासाठीचे तुमचे निकष कोणते होते?

मी नवे चित्रपट स्वीकारले, पण फार कमी. आठवड्याला दहा चित्रपटांच्या ऑफर्स आल्या, तर त्यांपैकी मुश्किलीनं एखादा चित्रपट मी स्वीकारत असे. कारण माझ्या मनात कायम धाकधूक होती. माझ्या सिनेमांचं यश-अपयश हे केवळ माझ्या हातात नव्हतं किंवा ती फक्त माझी एकट्याची जबाबदारी नव्हती. यश मिळालं तर काही प्रश्न नसतो; पण अपयशासाठी मात्र मला जबाबदार धरलं जाणार असेल, तर कितीही पैसे मिळाले तरी मला ते नको होते. *आय वॉन्टेड टू बी पार्ट ऑफ मीनिंगफुल फिल्म्स!* म्हणून मी ब्रेक घेत होतो. काही उत्तम कथानक असलेले चित्रपट मला मिळाले, पण त्यांतले काही पडद्यावर कधीच आले नाहीत. माझ्या करिअरच्या आरंभीच्या काळात माझ्या चित्रपटांना अपयश आलं आणि त्यामुळे माझं मनोधैर्य खचलं. निर्माते माझा विचार मुख्य भूमिकेसाठी करेनासे झाले. पण तरीही मी सुदैवी आहे असं मला वाटतं! कारण त्याचमुळे या क्षेत्रात मी ४० वर्षांपेक्षा अधिक काळ सातत्यानं काम करत राहिलो आहे. जो हिरो म्हणून काम करतो, त्यालाही १०-१५ वर्षांनी पायउतार व्हावंच लागतं. चरित्र भूमिका कराव्या लागतात. त्या भूमिकाही मिळतीलच याची शाश्वती नसते. १९५०-६०च्या दशकातल्या चित्रपटांचे 'तरुण' हिरो प्रत्यक्ष जीवनात पन्नाशीचे होते. पण हातात एक वही देऊन चित्रपटात त्यांना कॉलेजकुमार दाखवलं गेलं आहे. मला हे न पटणारं होतं, आहे. मला किमान ४०-

४५ वर्षे अखंडपणे चित्रपट, टीव्ही शोज आणि आता वेब सीरीज मिळत राहिल्या यातच मोठं मानसिक समाधान आहे. टीव्हीच्या क्षेत्रात माझ्या सगळ्याच भूमिका खूप गाजल्या आहेत.

पुढे मग माझी मैत्रीण, सहकलाकार आणि एक उत्कृष्ट अभिनेत्री नीना गुप्ता हिने 'सांस', 'सिसकी' या मालिकांची निर्मिती, दिग्दर्शन केलं आणि मला त्यात अविस्मरणीय भूमिका दिल्या. आजही ९०च्या दशकातल्या माझ्या या भूमिका प्रेक्षकांच्या स्मरणात आहेत.

टीव्ही मालिका, मध्येच एखादा हिंदी चित्रपट असं करत असताना पंजाबी चित्रपटांच्या ऑफर्स येऊ लागल्या. 'मन्नत', 'जी आयांनू', 'दिल अपणा पंजाबी' या पंजाबी चित्रपटांनीही घवघवीत यश मिळवलं.

अमिताभ बच्चन ते रेखा आणि राजेश खन्ना ते दीप्ती नवल अशा अनेक मान्यवर कलाकारांसोबत तुम्ही चित्रपटांत काम केले आहेत. ते अनुभव कसे होते?

'अकेला' आणि 'सत्ते पे सत्ता' असे दोन चित्रपट मी बच्चन सरांसोबत केले. त्यांच्याशी खूप छान मैत्री झाली. 'सत्ते पे सत्ता'चं शूटिंग काश्मीरला होतं. तिथे सगळे कलाकार पिकनिकला आल्यासारखे एन्जॉय करत होते. पण अमितजी मात्र तिथेही वक्तशीर असत.

राजेश खन्ना नेहमी पंजाबी भाषेतून माझ्याशी गप्पा करत. स्मिता पाटील तर इतकी साधी होती की, ही मुलगी वाट चुकून इथे आली आहे का असं वाटावं! शबाना आझमी, दीप्ती नवल अशा अनेक प्रसिद्ध आणि यशस्वी कलाकारांसोबत मी महत्त्वपूर्ण भूमिका केल्या आहेत. कधी शूटिंग दरम्यान त्यांच्याशी तात्त्विक मतभेदही झाले; पण त्याबद्दल मी आजतागायत कधीही मनात कटुता ठेवलेली नाही. कोणत्याही चित्रपटाच्या सेटवर किमान १०० ते १५० स्टाफ, तंत्रज्ञ, कलाकार असतात. प्रत्येकाचे स्वभाव वेगळे, मतं वेगळी. म्हणूनच मतप्रवाह भिन्न असले तरी त्या कडवट आठवणी मनात ठेवून वावरणं मला पटत नाही.

अभिनयाच्या क्षेत्रात तुम्ही अनेक वर्षं काम करत आहात. काय बदल जाणवतायत तुम्हाला या क्षेत्रात?

तांत्रिकदृष्ट्या आपण खूप प्रगती केली आहे. पण माझ्या मते सगळ्यात मोठा बदल म्हणजे, या क्षेत्रात काम करणाऱ्यांची मानसिकता बदलली आहे. कथानकाचा विचार करता कंटेम्परररी विषय येणं हा सुखद बदल आहे. एक गंमत सांगतो - १९८०-८५च्या सुमारास 'शेरदिल शेरगील' अशा शीर्षकाची मालिका घेऊन आमच्या काही मित्रांनी दूरदर्शन केंद्राशी संपर्क साधला होता. मात्र केंद्राच्या लोकांना तेव्हा हे शीर्षक योग्य वाटलं नाही. शेरगील आडनावाचे लोक बंड करतील असं त्यांना वाटलं. मग त्यांनी या मालिकेला नवं नाव दिलं 'हमारी भाभी'. या नव्या शीर्षकानं मालिकेची हवाच काढून घेतली! असाच आणखी एक प्रसंग - नीना गुप्ता यांची 'सांस' मालिका विवाहबाह्य, अनैतिक संबंधांवर आधारित होती. या मालिकेला परवानगी मिळवण्यासाठी एक वर्ष लागलं होतं. पण नंतर या मालिकेनं लोकप्रियतेचे नवे विक्रम गाठले होते. आताच्या काळात मात्र नवे, वेगळे विषय हातोहात उचलले जातात.

तुमच्या कुटुंबाबद्दल जाणून घ्यायला आवडेल. त्याविषयी काही सांगू शकाल का?

माझा आणि अनुराधाचा प्रेमविवाह झाला आहे. मी आणि बरेच जण अनुराधाला 'मिनी' म्हणतो. १९८७मध्ये चित्रीकरण झालेल्या 'खिलाडी' या चित्रपटात मी, मिनी आणि शबाना आझमी होतो. *यह फिल्म रिलीज नहीं हुई, पर हमारे बीच प्यार पक्का हुआ!* चार-चौघांचे होतात तसे आमचेही मतभेद, अगदी कडाक्याची भांडणंही झाली, होतात. पण एकमेकांवर असलेल्या निस्सीम प्रेमामुळे आमचं वैवाहिक नातं टिकून राहिलं. आणि आता त्यात दुरावा निर्माण होण्याची सुतराम शक्यता नाही. आमच्यात झालेले मतभेद आम्ही आमच्यातच ठेवले. चार भिंतींच्या बाहेर ते जाऊ दिले नाहीत.

सिद्धार्थ आणि आदित्य या आमच्या दोन मुलांना मात्र अभिनयात स्वारस्य नाही. आदित्यला चित्रकलेची आवड आहे. त्याच्या चित्रांची प्रदर्शनं मुंबईत जहांगीर आर्ट गॅलरी, तसंच इतर ठिकाणीही होत असतात. अमिताभ, जया, जावेद अख्तर, शबाना हे त्याच्या चित्रांचे चाहते आहेत. सिद्धार्थला संगीतात करिअर करायचं आहे. मुलांना अभिनयात रस नसल्यानं माझ्या मुलांबाबत 'नेपोटिझम'चा प्रश्नच उद्भवला नाही.

चित्रपटसृष्टीत 'दादामुनी' अशी ओळख असणारे अशोक कुमार नात्यानं तुमचे सासरे होते. त्यांच्या काय आठवणी आहेत?

असंख्य आठवणी आहेत त्यांच्या. त्यांना गप्पा मारणं, मैफिली जमवणं खूप आवडत असे. उतारवयात त्यांना दम्याने ग्रासलं. ते स्वतः होमिओपॅथिक डॉक्टर होते. शूटिंग नसलं की त्यांचं औषधांवर संशोधन चालू असे. त्यांच्या संपर्कात आलेल्यांना ते औषध देत, तेही विनामूल्य! पण स्वतःच्या दम्यावर मात्र रामबाण उपाय त्यांना मिळाला नव्हता! माझ्या मोठ्या मुलाला दम्यासाठी आम्ही अनेक ॲलोपॅथिक औषधं देऊन पाहिली. पण कशानेच आराम पडला नाही. मात्र पणजोबा दादामुनींनी दिलेल्या होमिओपॅथिक औषधानं खूप फरक पडला. मी त्यांना त्यांच्या दम्यासाठी एक पंप दिला होता. त्यानं त्यांना बरं वाटे. ही गोष्ट ते सगळ्यांना मोठ्या कौतुकानं सांगत. मी मात्र अशा वेळी ओशाळून जात असे. संगीत, साहित्य, अभिनय, खवय्येगिरी, पेंटिंग्ज, बागकाम अशा सगळ्या गोष्टींत रस असणारे बहुश्रुत होते माझे आजेसासरे!

अशा व्यक्ती आताशा दुर्मीळच! आमचं नातं मैत्रीपलीकडचं होतं!

★★★★★

सज्जन 'बॅड मॅन'

गुलशन ग्रोव्हर

शालेय वयापासून असलेलं चित्रपटसृष्टीचं आकर्षण, हवं ते साध्य करण्यासाठी परिश्रम घेण्याची तयारी आणि जिद्द यांच्या जोरावर अभिनेता गुलशन ग्रोव्हर यांनी हिंदी चित्रपटसृष्टीत आपली वेगळी ओळख निर्माण केली. केवळ बॉलिवूडमध्ये काम करून न थांबता त्यांनी हॉलिवूडमध्येही आपला ठसा उमटवला. आतापर्यंत ५०० चित्रपटांतून त्यांनी वेगवेगळ्या भूमिका केल्या आहेत. चित्रपटांमध्ये मुख्यतः खलनायकाची भूमिका करणाऱ्या; पण वैयक्तिक आयुष्यात 'गुड मॅन' असणाऱ्या या सज्जन अभिनेत्यानं 'बॅड मॅन' या नावानं लिहिलेलं आत्मचरित्र नुकतंच प्रकाशित झालं. चित्रपटसृष्टीची वाट त्यांच्यासाठी कधी सरळ तर कधी बिकट होती. कसा केला त्यांनी हा प्रवास हे जाणून घेऊ या त्यांच्याशी झालेल्या गप्पांतून...

३५ वर्षं तुम्ही चित्रपटक्षेत्रात काम करत आहात. कारकिर्दीच्या या टप्प्यावर तुम्हाला आत्मचरित्र लिहावं असं का वाटलं?

खरं म्हणजे मला स्वत:ला आत्मचरित्र लिहावं असं फारसं कधी वाटलं नव्हतं. कारण मला असं वाटतं की, अशा चरित्रात ज्या इतर व्यक्तींचा उल्लेख केलेला असतो, त्या व्यक्ती एक तर या जगातच नसतात आणि ज्या असतात त्यांच्या उल्लेखाबद्दल, अनुल्लेखाबद्दल त्यांचे आक्षेप असू शकतात. गेल्याच वर्षी नवाजुद्दीन सिद्दीकीनं लिहिलेल्या एका पुस्तकावर एका स्त्री मॉडेलनं आक्षेप घेतला. त्या पुस्तकावर बंदी आणावी अशी मागणी केली आणि त्या पुस्तकावर खरंच बंदी घातली गेली. अशी अनेक उदाहरणं मी पाहिलेली होती. त्यामुळे काही प्रकाशकांनी माझ्या आत्मचरित्राबद्दल उत्सुकता दाखवूनही मी ते लिहिलं नाही. पण दोन वर्षांपूर्वी पेंग्विन प्रकाशनानं मला आत्मचरित्र लिहिण्याबद्दल फारच आग्रह केला. शेवटी, त्यातल्या सगळ्या माहितीची खातरजमा केली जाणार असेल तरच मी लिहीन असं ठरलं. मला त्यातून काहीही सनसनाटी वगैरे व्हायला नको होतं. त्यामुळे प्रत्येक शब्द काळजीपूर्वक लिहीत मी माझं 'बॅड मॅन' हे आत्मचरित्र नुकतंच प्रकाशित केलं.

तुमच्या स्वत:च्या बाबतीत असं काही घडलं का? अन्य कुणा कलाकारानं त्यांच्या पुस्तकात तुमचा उल्लेख चुकीचा केला आहे का किंवा त्यांच्या मजकुरानं तुम्ही कधी दुखावला गेला आहात का?

हो, असं घडलंय ना! मी आणि संजय दत्त मित्र आहोत. बऱ्याच वर्षांपूर्वी आम्ही अनेक फिल्म्सही एकत्र केल्या आहेत. संजय दत्तनं 'संजू' नावाचं आत्मचरित्र लिहिलं आहे. त्यावर अलीकडेच राजू हिरानीनं 'संजू' नावाचा चित्रपट काढला, जो तुफान चालला. बायोपिक्सवर आधारित चित्रपट चालतात हा अलीकडचा ट्रेंडच आहे. संजूच्या बायोपिकमध्ये त्याचा मेहुणा कुमार गौरवचा आणि माझा उल्लेखच केलेला नाही. वास्तविक मी एके काळी अभिनयाचे क्लासेस घेत असे. संजय दत्तच्या 'रॉकी' या पहिल्या चित्रपटाआधी त्याला मी माझ्या क्लासमध्ये अभिनय

शिकवला आहे. तो क्लासमध्येही खूप अनियमित असायचा. म्हणून मी थोडी जास्त चौकशी केली, तेव्हा तो ड्रग्ज घेत असल्याचं लक्षात आलं. संजू क्लासला येत होता तेव्हाच मी त्याच्या वडिलांना - सुनिल दत्त साहेबांना भेटलो होतो. दत्तसाहेब आणि नर्गिस आंटी तेव्हा संजूला 'रॉकी' चित्रपटाद्वारे चित्रपटसृष्टीत लाँच करण्याच्या विचारात होते. संजूकडे तातडीनं लक्ष देण्याची गरज आहे, तो ड्रग्ज घेत आहे हे मी दत्तसाहेबांना सांगितलं होतं. त्यानंतर 'रॉकी'चं शूटिंग काश्मीरला करायचं ठरलं. या तीन आठवड्यांच्या शूटिंग शेड्युलसाठी संजूबरोबर मलाही तिकडे येण्याची विनंती त्यांनी मला केली होती. त्यानुसार संजयच्या पहिल्या चित्रपटासाठी मी त्याच्याबरोबरच काश्मीरला होतो. त्याच्यावर लक्ष ठेवणं आणि त्याच्याकडून संवादांची तयारी करून घेणं ही माझी जबाबदारी होती. इतकं असूनही संजूच्या आत्मचरित्रात आणि नंतर त्या बायोपिकवरच्या चित्रपटात माझा कुठेही उल्लेख नाही. असं का? या प्रश्नाचं उत्तरही मला अजून मिळालेलं नाही.

तुमचा हा आक्षेप, तुमची नाराजी तुम्ही कधी संजय दत्त अथवा राजू हिरानी यांच्याकडे व्यक्त केलीत का?

हो, अनेकदा. यावर राजू हिरानी यांनी तर अतिशय मुत्सद्दीपणाची भूमिका घेऊन *'सर, आपके साथ बैठना है'* असं मला सांगितलं आहे. हे वाक्य मी गेली दोन वर्षं ऐकतो आहे. पण त्यांच्या बाजूनं ती बैठक काही अजून जमून आलेली नाही. 'संजू' या चित्रपटात संजूच्या अनेक हितचिंतकांना, मित्रांना एका भूमिकेत (विकी कौशल) गुंडाळून टाकलं आहे.

आत्मचरित्र कधी असं असतं का? माझ्या 'बॅड मॅन' पुस्तकात मी सगळं खरंखुरं तथ्य मांडलं आहे. आणि पुस्तक प्रकाशित होण्यापूर्वी ती सारी माहिती, संदर्भ पडताळूनही पाहिले आहेत.

चित्रपटसृष्टीत तुमचा प्रवेश कसा झाला?

माझ्या अभिनय प्रवासाबद्दल मी अतिशय कृतज्ञ आहे. आज माझी जी काही ओळख आहे ती अभिनयामुळेच!

दिल्ली शहराजवळच्या एका छोट्या गावात माझा जन्म झाला. माझे वडील किरकोळ व्यवसाय करत असत. जवळच्याच एका स्थानिक हिंदी माध्यमाच्या शाळेत मी दहावी केलं. त्यानंतर श्रीराम कॉलेजमधून मी ९३% गुण मिळवून एमकॉम केलं. शाळेत असल्यापासूनच मला सिनेमे बघायला आवडत असत. चित्रपटांचं आणि चित्रपटसृष्टीचं आकर्षणच होतं. शिक्षण पूर्ण झाल्यावर मी घरी हळूच विषय काढला, *'मैनु बम्बई जाना जी।'* हे ऐकून घरी सगळे हैराण झाले. तोपर्यंत मलाही मुंबईची फारशी माहिती नव्हती. मुंबईला समुद्रकिनारा आहे आणि तिथे लोक नारळपाणी पितात इतकीच चित्रपटांत दाखवलेली माहिती होती. मुंबईत जाऊन काय करायचं? कुठे राहायचं? कुणाला भेटायचं अशा कुठल्याही प्रश्नांची उत्तरं माझ्याकडे तेव्हा नव्हती. तरीही घरच्यांची विनवणी करून, फ्रंटियर पकडून, सेकंड क्लासमध्ये बसून मी मुंबई गाठली. सुरुवातीला अतिशय संघर्ष करावा लागला. मात्र 'ज्याचा शेवट गोड, ते सगळं गोड' यावर विश्वास ठेवून आजवर वाटचाल केली. चित्रपटसृष्टीत मी तर उपरा होतो. पण संघर्ष करून, मेहनत करून आणि अंगी असलेल्या थोड्याबहुत प्रतिभेमुळे इथे टिकून राहिलो.

मुंबईत सुरुवात कशी झाली?

मुंबईला येताना आईनं मला उदरनिर्वाहासाठी दोन हजार रुपये दिले होते. तीच काय ती माझी पुंजी! मुंबईत आल्यावर प्रकर्षानं जाणवलं ते म्हणजे, इथे राहण्याची सोय करणं अतिशय कठीण आहे. या क्षेत्रात माझ्या ओळखीचं कोणीही नव्हतं, ना कोणाचा वशिला होता. पण आत्मविश्वास मात्र भरपूर होता. काही तरी मार्ग नक्की निघेल असं वाटत होतं. चित्रपटसृष्टीत नायक म्हणून काम शोधावं, तर धर्मेंद्र, जितेंद्र, अमिताभ, विनोद खन्ना अशा 'हिरो'छाप अभिनेत्यांनी आधीच जागा व्यापलेली होती. वाटलं, माझा नायक म्हणून निभाव लागणार नाही, तर खलनायक म्हणून संधी शोधावी. मात्र इथेही परिस्थिती निराळी नव्हती. इथेही डॅनी डेंगझोप्पा, अमरीश पुरी, अमजद खान यांच्यासारखे तगडे खलनायक होतेच. मी शरीरानंदेखील नायकाच्या किंवा खलनायकाच्या साच्यात बसत नव्हतो. शेवटी मी स्वतःच्या पैशातून माझं फोटोसेशन करून घेतलं. हे फोटो घेऊन फिल्मी मॅगझिन्सच्या ऑफिसमध्ये अनेक खेपा घातल्या, निर्मात्यांचे उंबरे झिजवले. संधीची वाट पाहिली. आणि हळूहळू मला काम मिळत गेलं. हिरो किंवा व्हिलनसारखं व्यक्तिमत्त्व नसतानाही मी टिकलो ही देवाचीच कृपा!

पूर्णपणे नवख्या बॉलिवूडमध्ये तुम्ही स्वतःची वेगळी ओळख निर्माण केलीच, हॉलिवूडमध्येही स्थान मिळवलंत. हा प्रवास कसा शक्य झाला? इंग्लिश भाषेचा अडथळा कसा दूर केलात?

कबीर बेदी, सईद जाफरी, पर्सिस खंबाटा अशा काही भारतीय कलाकारांनी फार आधीपासून हॉलिवूडमध्ये अतिशय उत्तम कामं केली आहेत. पण हे सगळेच जण तिथेच स्थायिक झाले आहेत. मी मात्र मुंबईत राहून चित्रपटांपुरताच तिथे जात असे. एकाच वेळी बॉलिवूड आणि हॉलिवूड अशी कसरत केली. थोडं कठीण होतं ते. हॉलिवूडच्या लोकांना भारतीय चित्रपटांविषयी आणि कलाकारांविषयी फार माहिती नव्हती. शिवाय २०-२५ वर्षांपूर्वी इंटरनेटही आपल्याकडे सहज उपलब्ध नव्हतं. त्यामुळे माझं इथलं काम त्यांच्यापर्यंत कसं पोहोचवावं हा मोठा प्रश्न माझ्यासमोर होता. त्यांना त्यांच्या देशात जाऊन भेटणं आणि काम मागणं हेही मोठं दिव्यं होतं. पण तीनचार वर्षांच्या आराधनेनंतर मला तिथे काम मिळालं. माझी स्वतःची ओळखही बनली. मला तेव्हा अस्खलित इंग्लिश बोलता येत नव्हतं. त्यामुळे सर्वप्रथम मी इंग्लिश शिकलो. इथल्या चित्रपटसृष्टीत चांगला स्थिरस्थावर झाल्यावरसुद्धा, मी न लाजता दररोज दोन तास अशी इंग्लिश भाषेची शिकवणी लावून इंग्लिश शिकलो. हे बाहेर समजल्यावर काहींनी माझी चेष्टाही केली. पण मी नेटानं प्रयत्न सुरूच ठेवला. त्याचा फायदा मला नंतर झाला.

'स्लमडॉग मिलेनियर' हा सुपरहिट चित्रपट आधी तुम्हाला मिळाला होता हे खरं आहे का?

त्या चित्रपटाच्या दिग्दर्शकानं - डॅनियलनं मला ऑफर दिली होती. पण मी विचार केला, की हिंदी आवृत्ती करण्यापेक्षा इंग्लिश करावी. पण नंतर त्यांनी हिंदी

आवृत्तीचेच कलाकार इंग्लिशमध्येही ठेवले. मी नकार दिल्यानं इरफान खाननं ही भूमिका केली. माझ्राच मूर्खपणा मला नडला.

तुमच्या आत्मचरित्राचं नाव 'बॅड मॅन' ठेवण्यामागं काही विशेष कारण आहे का?

काही वर्षांपूर्वी सुभाष घई यांनी 'रामलखन' सिनेमाचा प्रिमियर केला होता. तेव्हा तिथल्या प्रचंड गर्दीनं माझ्या नावाचा, म्हणजे 'बॅड मॅन' नावाचा घोषा लावला होता. ते पाहून सुभाष घई मला म्हणाले होते, 'पब्लिकनं तुला दिलेलं हे प्रेमाचं नाव आहे, त्याचा स्वीकार कर.' त्यांची आज्ञा मी शिरोधार्य मानली आणि अशा तऱ्हेनं मी 'बॅड मॅन'झालो. प्रत्यक्ष जीवनात जरी मी पापभिरू, सालस वृत्तीचा असलो, तरी गेली जवळपास ३५ वर्षं हिंदी चित्रपटांतून खलनायकी करूनच तर माझी रोजीरोटी सुरू आहे. त्यामुळे ज्या कामानं मला रुपेरी पडद्यावर ओळख दिली, मानसन्मान दिला, तेच नाव मी आत्मचरित्राला द्यावं असं मला वाटलं.

★★★★★

फिटनेसप्रेमी अभिनेत्री

अनिता राज

ज्या काळात चित्रपटसृष्टीत फिटनेसपेक्षा जास्त महत्त्व दिसण्याला देत असत, अशा काळात एक अभिनेत्री मात्र अशी होती की, चित्रपटाच्या सेटवरही फावल्या वेळेत व्यायाम करून दररोजचा व्यायाम चुकवत नसे. आज जवळपास ३५-४० वर्षांनंतरही ती तितकीच सुंदर आणि तितकीच फिट आहे. या फिटनेसप्रेमी अभिनेत्रीचं नाव आहे अनिता राज!

तब्बल १४४ चित्रपटांत पोलीस अधिकाऱ्याची भूमिका करून 'गिनीज बुक ऑफ वर्ल्ड रेकॉर्ड्स'मध्ये विक्रम नोंदवलेले अभिनेते जगदीश राज यांची ही कन्या. लहानपणी लाजरीबुजरी असलेली ही मुलगी मोठेपणी चित्रपटसृष्टीत येईल असं जगदीश राज यांनाही कधी वाटलं नव्हतं. पण अनिता राज बॉलिवूडमध्ये नुसती आलीच नाही, तर आघाडीची नायिका म्हणून तिनं नाव कमावलं. देखण्या रूपाबरोबरच व्यायामानं मिळवलेला सुडौल बांधा हा तिच्या चाहत्यांपासून तिच्या फॅशन डिझायनरपर्यंत सर्वांसाठी कौतुकाचा विषय! वयाची साठी पार केलेली अनिता राज आता 'कलर्स' वाहिनीवरच्या 'छोटी सरदारनी' या शोमध्ये निगेटिव्ह भूमिकेत दिसून येत आहे. तिच्याशी झालेल्या या गप्पांमधून तरी बघू या तिच्या सौंदर्याचा आणि फिटनेसचा 'राज' समजतोय का ते!

हिंदी सिनेमांमध्ये एके काळी तुम्ही नायिकेच्या भूमिका केल्या आहेत. रुपेरी पडद्यावरून या छोट्या पडद्याकडे तुम्ही कशा वळलात? 'छोटी सरदारनी'मधली ही भूमिका स्वीकारण्याचं काही ठोस कारण?

माझ्या विवाहानंतर आणि मातृत्वानंतर मी अभिनयापासून काही काळ दूर होते. माझ्या मुलाचं संगोपन व्यवस्थित व्हावं हा त्यामागचा हेतू होता. शिवाय आपल्या चित्रपटांच्या धाटणीनुसार अभिनेत्रीचं लग्न झालं आणि विशेषतः मातृत्व आलं की, तिची या क्षेत्रातून कायमची बोळवण केली जाते. त्यामुळे मी स्वतःहून आपल्या मर्यादा ओळखूनच कामं कमी करत गेले.

'कलर्स' वाहिनीवरची 'छोटी सरदारनी' मालिकेची ऑफर आली, तेव्हा त्यातली ही भूमिका आवडली. नव्या व्यक्तिरेखा स्वीकारणं, नव्या पिढीसोबत काम करणं हे खरं तर आव्हान होतं. पण या भूमिकेची मला भुरळच पडली. 'गुडी-गुडी' भूमिकांपेक्षा सशक्त भूमिका करून त्याचा आनंद घेण्याची ही वेळ आहे असं मला वाटतं. एका गावातल्या धाडसी सरपंच महिलेची ही भूमिका आहे. कुलवंत कौर नावाची ही सरपंच स्त्री अतिशय तल्लख आणि बुद्धिमान आहे. अशी भूमिका मला यापूर्वी कधी मिळाली नव्हती. म्हणूनच निगेटिव्ह छटा असली तरीही ही कुलवंत कौर साकारायला मी होकार दिला.

या भूमिकेला तुमचं पुनरागमन म्हणायचं का?

अजिबातच नाही. 'छोटी सरदारनी' ही भूमिका म्हणजे काही माझं पुनरागमन नाही! मी निवडक भूमिकाच करते. आणि निवडक काम करत असल्यानं अशा ऑफर्स कधी वर्षात दोनदा येऊ शकतात, तर कधी दोन वर्षांत एकदा. मी याआधी अनिल कपूर निर्मित '२४' या शोमध्ये महत्त्वाची भूमिका केली होती. 'एक था राजा' हा टीव्ही शो केला आहे. 'यारम', 'दिन-दयाल युगपुरुष' चित्रपट केले आहेत. हिरोबरोबर झाडाभोवती नाच-गाणी करणाऱ्या भूमिका मला आता मिळणार नाहीत, मला त्या शोभणार नाहीत आणि मी त्या करणारही नाही. त्यामुळे मग माझ्यासाठीच्या भूमिकांचा परीघ आपोआपच मर्यादित होतो. पण अशा निवडक कामांसाठी मला स्वतःचं पुनरागमन म्हणवून घेणं रुचणार नाही.

तुमचे पती सुनील हिंगोरानी चित्रपट निर्मितीक्षेत्रातच आहेत. तुमच्यासाठी काही विशेष निर्मिती करण्याचा त्यांचा विचार आहे का?

माझे पती सुनील हिंगोरानी आणि त्यांचे काका अर्जुन हिंगोरानी निर्माते आहेत. काका-पुतण्यानं याआधी उत्तम चित्रपटांची निर्मिती केली आहे. पण आता सगळीच

व्यावसायिक गणितं बदलली आहेत. मोठी कॉर्पोरेट हाऊस चित्रपट निर्मितीमध्ये आल्यानं जुन्या, जाणत्या, अनुभवी निर्मात्यांनी चित्रपटनिर्मिती जवळपास बंद केली आहे. त्यामुळे अलीकडच्या काळात हिंगोरानी मेकर्सकडून नवनिर्मिती जवळजवळ नाहीच.

माझा मुलगा शिवम यानं करण जोहरच्या 'धर्मा' प्रॉडक्शन्समध्ये साहाय्यक दिग्दर्शन केलं आहे. 'अग्निपथ', 'जवानी दिवानी' व अन्य काही चित्रपटांत तो साहाय्यक दिग्दर्शक होता. माझ्याप्रमाणं त्यालासुद्धा हेल्थ-फिटनेस-डाएट याची आवड आहे. त्यानं स्वतः एक ऑरगॅनिक हेल्थ एनर्जी ड्रिंक तयार केलं आहे. त्यात त्याला उत्तम यशही मिळालं आहे. हाच उद्योग तो पुढे वाढवणार आहे. बरोबरीनं दिग्दर्शनही करेल.

तुमच्या वडिलांना तुमचं चित्रपटसृष्टीत येणं फारसं मान्य नव्हतं. त्यांची संमती नंतर कशी काय मिळाली?

जी, सही फर्माया आपने। आम्ही दोन बहिणी, एक भाऊ आणि आईवडील असं आमचं सुखी कुटुंब होतं. माझे वडील त्यांच्या तरुणपणी पाकिस्तानहून मुंबईत आले होते. योगायोगानं त्यांना अभिनयाची संधी मिळाली आणि ते काम करत राहिले. सकारात्मक, नकारात्मक अशा दोन्ही भूमिका त्यांनी उत्तम वठवल्या. पण पोलीस अधिकाऱ्याच्या भूमिकेत त्यांना फिल्म इंडस्ट्रीनं टाइपकास्ट केलं होतं. अर्थात, त्यात त्यांना आनंदही मिळत होता. पोलीस अधिकाऱ्याच्या आपल्या प्रत्येक भूमिकेला त्यांनी न्याय दिला. मलाही लहानपणापासून अभिनय करण्याची इच्छा होती. मात्र मी घरात अशी इच्छा व्यक्त करताच वडिलांनी याला ठामपणे नकार दिला होता. आमच्या घरात फिल्मी वातावरणाचा मागमूसही नव्हता. 'शिक्षण घे, हवं तर नोकरी किंवा अन्य कुठलंही करिअर कर' असं ते कायम म्हणत.

प्रख्यात कथक नर्तक गोपीकृष्ण यांच्याकडे मी नृत्य शिकत असे. तिथेच माझ्याविषयी कुणीतरी यश अंकलना सांगितलं. त्यांनी वडिलांना फोन करून माझं कौतुक केलं आणि आम्हांला भेटायला बोलावलं आणि त्यांच्या आगामी चित्रपटासाठी मला चक्क साईनच केलं. तेव्हा मात्र वडिलांनी त्यांचा विरोध मागे घेतला. यश अंकल त्यांचे मित्र होते. यशराज बॅनरचा हा चित्रपट दुर्दैवानं पुढं बनलाच नाही. दरम्यान मी आईची मनधरणी करून माझं एक फोटोशूट करून घेतलं होतं. हे फोटो फोटोग्राफरमार्फतच हृषीकेश मुखर्जी यांनी पाहिले आणि मला त्यांनी त्यांच्या चित्रपटात घेतलं. अर्थात हा चित्रपट नंतर रिलीज झाला. त्याआधी

मी पवन सिन्हा यांचा 'प्रेमगीत' हा चित्रपट केला होता. त्या चित्रपटाद्वारे माझी चित्रपट कारकिर्द सुरू झाली. १९८१मध्ये रिलीज झालेल्या या माझ्या पहिल्या चित्रपटाचा नायक होता राज बब्बर!

१९८२-८३मध्ये तुम्ही एकाच वेळी सहासात चित्रपटांतून मुख्य नायिका म्हणून काम करत होतात. एका वेळी इतक्या चित्रपटांत काम करणं कसं शक्य झालं?

आज तब्बल ४० वर्षांनी या गोष्टीचं मलाही आश्चर्य वाटतं. हे कसं काय शक्य झालं मला? पण त्या काळात मीच काय, अशी बरीच हिरो मंडळी होती, जी एका वेळी सहज ३०-४० चित्रपटांतून काम करत. यांतले अनेक सिनेमे तयार व्हायला कधी दोन-चार, तर कधी सहासहा वर्षं लागत. प्रत्येक सेटवर दोन-चार तास काम करून हे हिरो दुसऱ्या चित्रपटाच्या सेटवर धावतपळत पोहोचत असत. शोमॅन राज कपूर तर त्यांच्या धाकट्या भावाला - शशी कपूरला चक्क टॅक्सी म्हणत असं मी ऐकलं होतं. कारण शशी अंकल त्यांच्या उमेदीच्या काळात ४०-४५ चित्रपट सहज करत असत. आणि सतत एका सेटहून दुसऱ्या सिनेमाच्या सेटवर धावतपळत असत. हे बघता या नायकांच्या तुलनेत माझं एका वेळी पाचसहा सिनेमे करणं काही फार कठीण नव्हतं.

एकदा मात्र मी हैदराबादला दासरी नारायण राव यांच्या चित्रपटाचं शूटिंग करत असताना तिथं अचानक दुसऱ्या चित्रपटाचा प्रॉडक्शन मॅनेजर सेटवर हजर झाला. दुसरा चित्रपट होता 'प्रेम तपस्या'. सेटवरच प्रॉडक्शन मॅनेजर आल्यामुळे माझ्यावर दडपण आलं आणि पहिल्या सेटवर माझ्या वारंवार चुका होऊ लागल्या. मी राज बब्बरबरोबर शॉट देत होते. ४०-४५ रिटेक्स झाल्यानं सगळेच

वैतागले होते. पण माझे रिटेक्स का होताहेत हे काही मी सांगू शकत नव्हते. मी तेव्हा तशी नवीनच होते. शेवटी देवच पावला आणि कसाबसा शॉट एकदाचा ओके झाला आणि मी दुसऱ्या सेटवर दुपारी दोनच्या शिफ्टला तीन वाजता पोहोचले.

मिथुन चक्रवर्ती, धर्मेंद्र, राज बब्बर, विनोद खन्ना अशा त्या काळातल्या मातब्बर अभिनेत्यांबरोबर तुम्ही काम केलं आहे. कसे होते ते अनुभव? चित्रपटसृष्टीत तुम्हाला कधी वाईट अनुभव आले का?

मी फारशी बोलकी नाही. माझ्या कुटुंबासोबत रमणारी आहे. सेटवरही मी सगळ्यांशी प्रोफेशनल, तरीही आदरानं वागते. माझ्यावर तसेच संस्कार आहेत. मला कुणाचाही वाईट अनुभव आला नाही. माझे वडील अभिनेता जगदीश राज याच क्षेत्रात काम करत असल्यानं असेल कदाचित; पण कधी कोणी आगळीक केली नाही. उलट, चित्रपटसृष्टीनं मला प्रेम आणि समाधान दिलं, आनंद दिला. मुख्य म्हणजे माझे पती दिले. त्यामुळे माझ्या मनात कसलंही दुःख, निराशा, असमाधान नाही. अन्य कोणत्याही क्षेत्रात पैसा, प्रसिद्धी, मानमरातब मिळेल; पण प्रेक्षकांचं प्रेम मिळत नाही.

एका गोष्टीसाठी अभिनेता धर्मेंद्र यांची मी ऋणी आहे. त्याचं असं झालं, मी त्यांच्याबरोबर 'नौकर बीवी का' हा चित्रपट करत होते. दिग्दर्शक राजकुमार कोहली यांनी सुरुवातीला धर्मेंद्र यांना घाबरतच विचारलं होतं की, अनिता राज ही उदयोन्मुख अभिनेत्री आहे. तुम्हाला ते चालणार नसेल, तर मी दुसऱ्या कोणा अभिनेत्रीला घेऊ शकतो. यावर धरम पाजी त्यांना म्हणाले होते, 'मी नवीन असताना सुचित्रा सेनसारख्या अनुभवी अभिनेत्रीनं माझ्याबरोबर 'ममता' चित्रपटात काम करायला होकार दिला होता, हे मी कसं विसरेन? म्हणूनच अनिता राज आज नवीन असली तरी तीच माझ्या सिनेमाची नायिका असू द्या!'

अनिता राज ही बॉलिवूडची पहिली फिटेस्ट नायिका होती. तुमच्या फिटनेसबद्दल खूप ऐकलं आहे.

धन्यवाद! मी लहानपणी खूप खेळत असे. दोरीवरच्या उड्या, स्विमिंग असं सगळं. मोठी झाले तशी मी फिटनेसबाबत अधिकच जागरूक झाले. मग नियमित योग, समतोल आहार घेऊ लागले. ज्या ठिकाणी मी शूटिंग करत असे, तिथेही व्यायाम करू लागले. मग फिटनेस हे माझं पॅशनच बनलं. मला आठवतंय, 'ज़लज़ला' या चित्रपटाचं शूटिंग चालू होतं, आणि कधीही कुठल्याही शूटिंगला न गेलेल्या धर्मेंद्र यांच्या पहिल्या पत्नी प्रकाश कौर खास माझा व्यायाम पाहायला सेटवर आल्या

होत्या. *'अनिता का आखाडा देखना है'* असं म्हणत त्यांनी माझा व्यायाम पाहिला आणि *'वाह कुडी! तेनुं जवाब नहीं!'* असं म्हणत तोंड भरून कौतुकही केलं होतं. हा विषय तेव्हा चर्चेचा विषय ठरला होता, कारण तोपर्यंत नायिका आणि फिटनेस यांचा सुतराम संबंध नसे. म्हणूनच अनिता राज ही नायिका खरोखरच व्यायाम करतेय का हे पाहण्यासाठी त्या स्वतः आल्या होत्या.

आजही मी न चुकता व्यायाम, योग, प्राणायाम करते. समतोल आहार घेते. माझं वजन कधीही दोन किलोंपेक्षा अधिक वाढलेलं नाही!

बॉलिवूड आता कमालीचं बदललं आहे. तुम्हाला प्रामुख्यानं असे कोणते बदल जाणवतात?

आपल्याकडे तांत्रिक विकास खूप झालाय. मला जाणवणारा बदल म्हणजे हल्ली सेटवरचा आपलेपणा कमी झालाय. पूर्वी चित्रपट पूर्ण होईपर्यंत निर्माता, दिग्दर्शक, कलाकार, ज्युनियर आर्टिस्ट, टेक्निशियन्स सगळे एकत्र असत. हास्य-विनोद करत सगळे एकत्र जेवणखाण करत. सगळ्यांमध्ये एकोपा होता. तो एकोपा आता नाहीसा झालाय. ते दिवस पुन्हा यायला हवेत.

माझ्या काळात व्हॅनिटी व्हॅन नव्हत्या. झाडामागं जाऊन, आडोसा शोधून कपडे बदलायला लागत. मेकअप, कॅमेरा वर्क आजच्यासारखं प्रगत नव्हतं. आणि हो, बहुतेक चित्रपटांमध्ये नायिकांनी छानछान दिसावं, सोशिक असावं हेच अपेक्षित असे. आज मात्र चित्रपटाच्या विषयाला सर्वात जास्त महत्त्व आहे. 'कंटेंट' हा राजा आहे या माध्यमाचा. हे पाहून खूप बरं वाटतं.

काही करायचं राहून गेल्याची रुखरुख आहे?

ज्येष्ठ अभिनेत्री आशा पारेख, वहिदा रेहमान, शम्मी, हेलन या सख्या एकत्र भेटत, गप्पा मारत. त्यांची मैत्री छान टिकून होती. मला मात्र माझ्या चित्रपटसृष्टीतल्या मैत्रिणींना भेटून संपर्कात राहणं जमलं नाही. माझी मैत्री फक्त टेलिफोन मैत्री राहिली आहे. पद्मिनी कोल्हापुरे आणि पूनम धिल्लन यांच्याबरोबर आठवड्यातून एकदा बोलणं होतं. भेटणं, त्यांच्याबरोबर थोडा वेळ घालवणं मात्र होत नाही. तीच एक रुखरुख आहे.

★★★★★

नृत्यनिपुण

कल्पना अय्यर

१९८०-९०च्या दशकांतल्या दहापैकी सात-आठ चित्रपटांत ती असायचीच... कधी लयबद्ध कॅब्रे करताना, त्या काळात पॉप्युलर ठरलेला डिस्को करताना तिच्यातली नृत्यनिपुणता दिसली, तर कधी नायिका-सहनायिका, व्हॅम्प... तिच्यासाठी ठरावीक भूमिकांचा साचा कधीही नव्हता. तिच्या चेहऱ्यावर कधी नायिकेची स्त्री-सुलभ लज्जा, कधी मादक हावभाव, कधी खलनायिकेसाठी आवश्यक नकारात्मकता झळकत असायची... त्या अभिनेत्रीचं नाव कल्पना अय्यर!

'प्यारा दुश्मन' हा चित्रपट १९८०मधला. त्यातल्या 'हरी ओम हरी' या गाण्याने गायिका उषा उत्थुप आणि कल्पना अय्यर हे एक समीकरण बनलं. 'रंभा ओ' या गाण्याने एक काळ गाजवला. मिस इंडिया सौंदर्यस्पर्धेत रनर अप आणि मिस वर्ल्ड सौंदर्यस्पर्धेत टॉप फायनलिस्ट असणाऱ्या कल्पना अय्यरने १००-१२५ चित्रपटांमध्ये अनेकविध भूमिकांमध्ये बेमालूमपणे सप्तरंग भरले. तिचा स्वतःचा असा प्रेक्षक वर्ग निर्माण झाला. पण हे चमचमणारं तारांगण सोडून कल्पना गेली वीस वर्षं दुबईत स्थायिक झालीये. आखातात दुबईत अतिशय शांत, संयत जीवन जगलेल्या कल्पना अय्यरला आता पुन्हा भारतात येऊन अभिनय करण्याची इच्छा आहे.

तिच्याशी बोलताना जाणवलं, फिल्मी चेहऱ्यामागचा एका साध्या, निगर्वी, घरगुती स्त्रीचा निर्व्याजपणा!

तुम्ही मुंबईत प्रसिद्धीच्या झोतात असताना थेट दुबई का गाठली?

आप को यह क्लियर कर दूं की बॉलिवूड में काम करते करते मेरा कोई मोहभंग नहीं हुआ! मला कसलंही दुःखद अनुभव आले नाहीत किंबहुना खंत, रुखरुख, हुरहुर अशा कुठल्याही विषण्ण करणाऱ्या माझ्या भावना नाहीत! माझ्या उमेदीच्या काळात फिल्म इंडस्ट्री असं नाव होतं, बॉलिवूड असं बारसं झालेलं नव्हतं. बारा-तेरा वर्षं सव्वाशे तरी चित्रपट मी केले असावेत. त्याच काळात मी केलेला 'सत्ते पे सत्ता' या फिल्मचे मेकर राज एन. सिप्पी यांच्या पत्नींनी मला सुचवलं की, 'त्यांच्या दुबईच्या एका स्नेह्याच्या हॉटेलमध्ये फ्लोअर मॅनेजरची नोकरी करण्यास मी उत्सुक आहे का?' राहण्यासाठी जागा, पगार अशा सुविधा मिळणार होत्या. मी सर्वसाधारण मुली करतात तोच विचार केला होता. आयुष्यभर सिनेमा इंडस्ट्री माझं पोट भरू शकेल का? वार्धक्यात भूमिका मिळणार नाहीत. त्यापेक्षा चालून आलेली नोकरी स्वीकारावी! माझी आजी, आई, बहीण आणि मी सगळे दुबईत गेलो, तिथे स्थायिक झालो. फूड अँड बेव्हरेजेस विभागात मी मॅनेजर म्हणून काम करू लागले. ही नोकरी मी १८-२० वर्षं केली. आता काही तीन-चार महिन्यांपूर्वी हे हॉटेल बंद झालं. माझी साठी उलटली असली, तरी मी शारीरिकदृष्ट्या फिट आहे. अनेक काळ मनात असलेली सिनेमाविषयीची ओढ आता पुन्हा उफाळून आली! आणि म्हणूनच मी सोशल मीडियावर 'मला अभिनयात यावंसं वाटतं, भारतात येण्याची संधी मिळेल,'असं आवाहन केलं होतं. अर्थात हे कोरोना व्हायरस प्रकरण शांत झाल्यावर मला अभिनय करण्याची संधी पुन्हा मिळेल अशी उमेद आहे. अलीकडे तीन-चार वर्षं माझा सोशल मीडियातला वावर वाढलाय, त्यामुळे भारतातले नातेवाईक, फिल्मी वर्तुळातले स्नेही, मित्र-मैत्रिणी यांच्या संपर्कात मी आले आहे. मनोरंजन क्षेत्रातल्या अनेक संधी मला जाणवू लागल्या आहेत आणि म्हणूनच अशी इच्छा निर्माण झाली की, संधी मिळाल्यास पुन्हा भारत-मुंबई गाठावी.

तुमची कौटुंबिक पार्श्वभूमी नॉनफिल्मी असून हिंदी सिनेमात थेट संधी कशी मिळाली? हल्ली कास्टिंग डायरेक्टर्स, ऑडिशन्स वगैरे होऊ लागल्या आहेत. ८०-९०च्या दशकात तुम्हाला हे कसं शक्य झालं?

मध्यमवर्गीय तमिळ ब्राह्मण कुटुंबात मी वाढले. ठरावीक चौकटीत जीवनमूल्यं असतानाही कॉलेजमध्ये मी 'फेमिना मिस इंडिया'मध्ये भाग घेतला. अर्थात, त्यातही कुणाचं मार्गदर्शन नव्हतंच! घरात 'फेमिना मिस इंडिया'स्पर्धा याविषयी

काही माहिती नव्हती! तरीही मी फर्स्ट रनर अप ठरले आणि मिस वर्ल्ड स्पर्धेमध्ये टॉप फायनलिस्ट! यामुळे माझ्याकडे हिंदी चित्रपट सृष्टीचं लक्ष वेधलं गेलं. राजश्री प्रॉडक्शन्सने त्यांच्या 'मनोकामना' या हलक्या-फुलक्या प्रेमकथेत मला मुख्य नायिका म्हणून संधी दिली! आयुष्याने अचानक घेतलेला हा यू-टर्न माझ्यासारख्या मध्यमवर्गीय मुलीसाठी नवखा आणि आश्यर्यकारक होता! पुढे काय करावं या विचारांत होते आणि अचानक देव साहेबांनी, म्हणजे देव आनंद यांनी मला फोन केला. त्यांच्या 'लूटमार' या चित्रपटात एक डान्स करशील का? असं त्यांनी विचारलं! माझा आनंद गगनात मावेना! आणि ही वाटचाल पुढे सुरू राहिली...

'मनोकामना' या फिल्ममधे नायिका म्हणून काम केल्यानंतर तुम्ही डान्सर (हल्लीच्या भाषेत आयटम डान्स) म्हणून काम करण्याची रिस्क घेतली असं वाटलं का कधी?

कसलीही फिल्मी पार्श्वभूमी नसलेली एक सामान्य मुलगी जो योग्य निर्णय त्या क्षणी घेईल, तसं माझं झालं! 'मनोकामना' रिलीज झाल्यावर माझ्यापुढे प्रश्न होता की, मला पुढे काम मिळेल का? अभिनयाचं आकर्षण निर्माण झालं होतंच; पण ही हिरवळ कायम टिकेल का? असा प्रश्न मनात उद्भवला आणि देव आनंदसारख्या दिग्गजाने त्याच्या सिनेमात डान्सची ऑफर दिली. मी त्यांना होकार दिला. आशा भोसले यांच्या लडिवाळ आवाजातील 'जब छाए मेरा जादू' हे 'लूटमार' चित्रपटातलं गाणं ऐकून मला खात्री पटली की, हे गाणं स्वीकारून मी काहीही चूक केली नाही! हा डान्स करत असतानाच मला आणखी चार चित्रपट मिळाले. आखिर मैं देव आनंद के फिल्म की डान्सर जो थी!

त्या दिवशी मी जे चार चित्रपट साइन केले ते होते 'साजन की सहेली', 'कुदरत', 'प्यारा दुश्मन' आणि 'बम्बई का महाराजा' मी 'अरमान' या सिनेमासाठी केलेला डान्स 'रंभा हो' आज यूट्यूबवर आवडीने पाहिला जातो. मी नायिकेच्या भूमिकेची वाट पाहत बसले असते आणि त्या भूमिका गाजल्या नसत्या, ते चित्रपट अयशस्वी ठरले असते, तर माझं एकूण अस्तित्व कठीण झालं असतं. कारण माझ्यामागे कुठलंही वलय नव्हतं! कुणाही फिल्ममेकरचा सपोर्ट नव्हता की, कुणी मेंटॉर, गॉडफादर नव्हता! काही स्नेहबंध, लागेबांधे, नातेसंबंध असल्याशिवाय काही सपोर्ट मिळत नव्हता! आणि म्हणूनच ती सिच्युएशन विन-विन होती.

फिल्म इंडस्ट्रीमधून मला सल्ला मिळाला असता, तर मी लीड रोल्सची नक्की वाट पाहिली असती!

हल्ली चरित्र कलाकारांना महत्त्व मिळू लागलंय; पण त्या काळात व्हॅम्पइश भूमिका करणं कितपत योग्य होतं?

मी बारा वर्षांच्या फिल्म करिअरमध्ये कधीही मॅनेजर नियुक्त केला नाही. सेक्रेटरी मला ठाऊक नाही. आज मॅनेजर, सेक्रेटरी, प्रसिद्धी प्रचारक, ब्रँड मॅनेजर, फॅशन कन्सल्टंट असे अनेक जण एका स्टारमागे काम करतात. कुठल्या कार्यक्रमाला कोणते ड्रेस घालावेत, याविषयीदेखील माहिती नव्हती! असो, आपण हे सगळं केलं पाहिजे, आणखी काम, उत्तम भूमिका मिळण्यासाठी मेकर्सना भेटलं पाहिजे, सोशलाईज व्हायला हवं अशी काही समजच नव्हती. माझ्या आईने माझं चित्रपटांचं मानधन स्वीकारलं. कधी माझ्यासोबत माझी धाकटी बहीण असायची. या घरगुती वर्तुळात मी कायम वाढले... आज काळ खूप बदलला आहे हे नक्की! मी खलनायिका म्हणून भूमिका केल्यात, म्हणून माझ्या सामाजिक जीवनात काही फरक पडला नाही; पण माझे चाहते मात्र मला आजही फीडबॅक देतात, माझ्यात पोटेन्शियल असून मी त्यावर लक्ष दिलं नाही, कदाचित आणखी चौफेर विविधांगी भूमिका करू शकले असते, असं त्यांचं प्रामाणिक मत आहे. मला ज्या भूमिका मिळाल्या, त्या मी विनातक्रार स्वीकारल्या. अर्थात त्याबद्दल आज खंत नाहीये; पण *'और भी अलग किरदार मैं कर सकती थी'* असं माझ्या चाहत्यांना वाटतं.

आपण फार धडपड करावी अशी गरज त्या काळात जाणवली नाही. गरजेपुरतं कमवावं. अल्पसंतुष्ट होते मी असं म्हणायला हरकत नाही. माझी आणि माझ्या कुटुंबाची जीवनशैली खूप साधी असे. मोठी

स्वप्नं, अचाट महत्त्वाकांक्षा नव्हत्या माझ्या! स्वत:ला प्रमोट करावं, असंदेखील कधी वाटलं नाही मला! त्या काळात सोशल मीडिया नव्हता!

समाधान याचं आहे की, नूतन, दिलीप कुमार, देव आनंद, अमिताभ बच्चन, राजेश खन्ना, हेमा मालिनी, विनोद मेहरा, राज बब्बर अशा अनेक ज्येष्ठ कलाकारांसमवेत मी चित्रपट केले. त्यांच्याकडून खूप शिकायला मिळालं, त्यांचा सहवास लाभला. दिलीप कुमार यांच्यासोबत मी केलेला चित्रपट म्हणजे 'कलिंगा', जो रिलीज झाला नाही याची खंत आजही वाटते!

'शोले'फेम गब्बरसिंग उर्फ अमजद खान यांच्याशी तुमची जवळीक होती. त्यांच्या मृत्यूनंतर तुम्ही दुबईला आलात आणि म्हणून लग्नाचा विचार केला नाहीत!

आप पहली जर्नलिस्ट है जिसने मुझे यह सवाल पूछा! मरहूम ॲक्टर अमजद खान साहब अब इस दुनिया में नहीं रहे! *त्यांच्या पश्चात त्यांच्याबाबत बोलणं योग्य नाही! यह तो गढे मुर्दे उखाडनेवाली बात होगी!* अमजद खान यांना स्वर्गवासी होऊन सत्तावीस वर्षं, जवळजवळ तीन दशकं झालीत. काही बोलणं प्रशस्त ठरणार नाही. होय, अनेक चित्रपटांत एकत्र अभिनय केल्यामुळे आमच्यात मैत्री होती, त्याचा मी इन्कार करणार नाही! पण आमच्या नात्याबद्दल मी पूर्वीही कधी व्यक्त झाले नाही! मी दुबईला शिफ्ट होण्याचं कारण हे नाही!

'मी स्वत: एक आनंदी, पूर्ण व्यक्ती आहे, अपनी जिंदगी से खूश हूँ! लग्न करणं हा एक योगायोग मला नव्हता, पण त्याविषयी मला खंत नाही वाटत! लग्न हाच सुखी आणि आनंदी आयुष्याचा एकमेव मार्ग आहे असं मला वाटत नाही! माझी आई, बहीण व तिचे कुटुंब यांच्यासह मी सुखी, परिपूर्ण आयुष्य सकारात्मक मार्गाने जगतेय!'

वेब सीरीज, फिल्म्स, टीव्ही अशा कुठल्याही माध्यमात मला अभिनय करणं आवडेल. हे पॅशन मला आता पुन्हा खुणावतंय. त्यासाठी पुन्हा भारतात यावं अशी ओढ निर्माण झाली आहे!

★★★★★

समाधानी अभिनेत्री

पद्मिनी कोल्हापुरे

रुपेरी पडद्यावर १९७४ साली तिनं अभिनयाचा श्रीगणेशा केला तो बालकलाकार म्हणून. पुढे आपल्या उत्तम अभिनयानं तिनं चित्रपटसृष्टीत नाव कमावलं ते नायिका म्हणून. ४५ वर्षांपूर्वी सुरू झालेला तिचा हा अभिनयाचा प्रवास आजही सुरू आहे. राज कपूर, दिलीप कुमार अशा ज्येष्ठ कलाकारांपासून अर्जुन कपूरसारख्या नव्या पिढीतल्या अभिनेत्यापर्यंत सर्वांबरोबर तिनं काम केलं आहे. दोन वर्षांपूर्वी प्रदर्शित झालेल्या आशुतोष गोवारीकर यांच्या 'पानिपत' या चित्रपटात पद्मिनीनं गोपिकाबाई ही व्यक्तिरेखा साकारली. अभिनयाची अशी प्रदीर्घ कारकिर्द लाभलेली 'ती' म्हणजेच भाग्यवान कलाकार अभिनेत्री पद्मिनी कोल्हापुरे!

पद्मिनीच्या एकूण कारकिर्दीबद्दल जाणून घेण्यासाठी केलेल्या या गप्पागोष्टी...

बऱ्याच वर्षांच्या कालावधीनंतर 'पानिपत' हा तुझा चित्रपट प्रदर्शित झाला. या चित्रपटाद्वारे तू 'पुनरागमन' करते आहेस असं म्हणायचं का?

'पानिपत' हा चित्रपट म्हणजे माझं पुनरागमन नाही. पुनरागमन करण्यासाठी मी कधी दूर गेलेच नव्हते. *आय एम व्हेरी मच हियर!* माझ्या लग्नानंतर, मुलगा प्रियांकच्या जन्मानंतर मी सिलेक्टिव्ह झाले इतकंच. नाही तरी लग्न आणि मातृत्व यानंतर आयुष्यात सगळ्यांच्या प्रायॉरिटीज बदलत जातात. प्रियांकच्या संगोपनाला पुरेसा वेळ देता यावा, एक पत्नी म्हणून, आई म्हणून, गृहिणी म्हणून मनसोक्त आयुष्य जगता यावं म्हणून मी मोजकीच कामं केली.

मी बालवयातच गायिका, बालकलाकार म्हणून चित्रपटसृष्टीत काम सुरू केलं होतं. त्यामुळे आतापर्यंत खूप काम केलं आहे. आता काही काम करायलाच पाहिजे असं नाही. अभिनय करणं तर अंगवळणी पडलं आहे. कधी योग्य, आवडेल अशी भूमिका आली, तर मी जरूर त्याचा विचार करते.

'पानिपत' चित्रपटासाठी पुण्यात पत्रकार परिषद झाली, तेव्हाही 'मॅडम, हे तुमचं कमबॅक आहे का' असे प्रश्न प्रामुख्यानं मला विचारले गेले होते. पण 'पानिपत' हा काही माझा कमबॅक चित्रपट नाही. सहा वर्षांपूर्वीही मी 'फटा पोस्टर निकला हिरो' या चित्रपटात शाहिद कपूर याच्या आईची भूमिका रंगवली होती. एक तर राजकुमार संतोषी यांच्यासारख्या नामांकित दिग्दर्शकाचा हा चित्रपट होता. त्यातली माझी भूमिकादेखील चांगली होती. शिवाय महत्त्वाचं म्हणजे माझा मुलगा प्रियांक या चित्रपटासाठी राजकुमार संतोषी यांचा साहाय्यक म्हणून काम करत होता. त्यामुळं आई म्हणून लेकाचं कौतुकही होतंच. चित्रपटांखेरीज मी काही हिंदी नाटकंही केली आहेत. विनोदी नाटक करणं हा रंगभूमीवरचा एक वेगळाच आणि छान अनुभव असतो, तोही मी घेतला आहे.

'पानिपत'मधल्या गोपिकाबाई या व्यक्तिरेखेचं आकर्षण वाटल्यानं ती भूमिका स्वीकारली का?

'पानिपत' स्वीकारण्याची तशी बरीच कारणं आहेत. पहिलं म्हणजे आशुतोष गोवारीकर हा एक नावाजलेला आणि अतिशय अभ्यासू निर्माता, दिग्दर्शक आहे. त्याच्या चित्रपटातल्या स्त्री-व्यक्तिरेखा या पुरुष-व्यक्तिरेखांइतक्याच प्रभावी असतात. खरं तर, मी यापूर्वी कधीही निगेटिव्ह भूमिका केलेली नव्हती. ऐतिहासिक चित्रपटातही कधी काम केलं नव्हतं. पण गोपिकाबाईंची भूमिका पानिपतात महत्त्वाची आहे. त्या धूर्त, राजकारणी होत्या. पानिपत घडण्यात त्यांचा वाटा बराच

होता. अशा अनेक कारणांमुळं मला 'पानिपत' हा चित्रपट करावासा वाटला. 'पानिपत'चा एकूणच अनुभव अविस्मरणीय होता. चरित्रपट, तसंच ऐतिहासिक चित्रपट करण्याचा आशुतोषला चांगला अनुभव असल्यानं त्याच्या नजरेतून दिसलेल्या किंवा त्याच्या मनात जशा होत्या, तशा व्यक्तिरेखा माझ्यासह बहुतेक कलाकारांनी या चित्रपटात साकारल्या आहेत. त्यामुळे गोपिकाबाईंची भूमिका करण्यासाठी मला फारसा वेगळा अभ्यास करावा लागला नाही.

'पानिपत'मध्ये अर्जुन कपूरनं सदाशिवरावभाऊ पेशव्यांची भूमिका केली आहे. अर्जुनची आई - मोना शौरी-कपूर ही माझी मैत्रीण होती. तसंच अर्जुनचा काका अनिल कपूर आमचा कौटुंबिक स्नेही आणि माझा एके काळचा सहकलाकार. अनिल कपूरच्या 'वो सात दिन' चित्रपटात मी त्याची नायिका होते. त्यामुळे 'पानिपत' दरम्यान अर्जुनबरोबर खूप गप्पा व्हायच्या.

मोहनीश बहल यानं 'पानिपत'मध्ये नानासाहेब पेशव्यांची व्यक्तिरेखा साकारली आहे. मोहनीश आणि मी ३६ वर्षांनंतर या चित्रपटाच्या निमित्तानं एकत्र काम करत आहोत. योगायोग असा की 'बेकरार' या १९८३ साली आलेल्या चित्रपटात मी संजय दत्तची नायिका होते. आणि याच चित्रपटात मोहनीश बहलही एका महत्त्वाच्या भूमिकेत होता. त्यानंतर इतके वर्षांनी आम्ही तिघांनी एकत्र काम 'पानिपत'मध्ये केलं. अर्थात, 'पानिपत'मध्ये संजय दत्त अहमद शाह अब्दालीची भूमिका करत असल्यानं आमचे एकत्र शॉट्स नाहीत. मोहनीश बहलची आई - नूतन मराठी असल्यानं मोहनीश छान मराठी बोलतो. सेटवरचं मराठमोळं वातावरण हीदेखील 'पानिपत'ची एक खास आठवण! कृती सेनन नव्या पिढीची अभिनेत्री. तिची आणि माझी मैत्री नसली, तरी एक आदरयुक्त नातं होतं आमच्यात.

आता 'पानिपत' नंतर पुढे काय विचार आहे?'

मी नुकताच 'प्रवास' नावाचा एक मराठी चित्रपट पूर्ण केला आहे. लवकरच प्रदर्शित होईल तो. अशोक सराफ आणि मी त्यात पती-पत्नीच्या भूमिकेत आहोत. त्याशिवाय मी अधूनमधून हिंदी नाटक करते. अमुकच करायचं असं काही माझं ठरलेलं नाही. ज्या भूमिका मला आवडतील त्या करेन. मग ते बॉलिवूड चित्रपट असोत, वेब सीरीज असोत, वा मराठी, हिंदी नाटकं असोत, मी ते करेन. उगाच भारंभार भूमिका करणार नाही.

गेल्या अनेक वर्षांपासून तू या क्षेत्रात आहेस. आता या क्षेत्रात कोणते बदल झाले आहेत असं तुला वाटतं?

बदल तर अपरिहार्यच आहेत. या बदलांना आपण कसं स्वीकारतो यावर बरंच काही अवलंबून असतं. माझ्यासारखीच अनेकांची प्रतिक्रिया असेल. आधीच्या काळात सगळे कलाकार सेटवरच असत. आपला शॉट असो वा नसो; पण तिथल्या अनुभवी कलाकारांचं तिथलं अस्तित्व नव्या पिढीला खूप शिकवून जात असे. व्हॅनिटी व्हॅन्स आल्या आणि सगळे कलाकार हळूहळू मेकअप रूममध्ये किंवा व्हॅनमध्ये जाऊन बसू लागले. लंच ब्रेक, लाइटिंग ब्रेक या वेळांमध्ये पूर्वी सगळे एकत्र असत. सध्या हा आपलेपणा लोप पावत चालला आहे. सीनियर अभिनेत्यांबद्दल ज्युनियर अभिनेत्यांना फारसा आदर राहिलेला दिसत नाही. बाकीचे तांत्रिक बदल तर नेहमी होतच राहणार.

आतापर्यंतच्या तुझ्या कारकिर्दीबाबत तू समाधानी आहेस का?

मी माझ्या कारकिर्दीबाबत पूर्ण समाधानी, संतुष्ट आहे. व्ही. शांताराम, राज कपूर, देव आनंद, दिलीप कुमार, शम्मी कपूर, गोविंदा, अनिल कपूर, ऋषी कपूर, मिथुन चक्रवर्ती... कुणाकुणाची नावं घेऊ मी? सगळ्यांबरोबर मी चित्रपट केले आहेत. आणि हो, एक आठवण सांगते. मी चित्रपटात काम करणं सुरू केलं, तेव्हा राजेश खन्ना फार मोठा स्टार होता. मला तो आवडायचा. राजेश खन्नाला त्या वेळी एकदा माझ्याबरोबर एका चित्रपटाची ऑफर आली होती, पण 'पद्मिनी माझ्यापेक्षा वयानं खूप लहान आहे' असं त्याचं म्हणणं होतं. तो योग तेव्हा नव्हता. पण १९८३मध्ये 'सौतन' चित्रपटात मला राजेश खन्नाच्या नायिकेची भूमिका करण्याची संधी मिळाली आणि माझं एक स्वप्न पूर्ण झालं. इतक्या विविधांगी भूमिका करण्याची संधी माझ्या काळातल्या अन्य कुणा

नायिकेला क्वचितच मिळाली असेल, असं मला वाटतं. कारकिर्दीबाबत तक्रार करायला काही वावच नाही. 'प्रेमरोग', 'आहिस्ता आहिस्ता', 'सौतन', 'प्यार झुकता नही', 'वो सात दिन' अशा अनेक भूमिकांसाठी मी प्रेक्षकांच्या कायम स्मरणात राहीन.

राज कपूर यांनी तुला 'प्रेमरोग' चित्रपटातून विधवांच्या पुनर्वसनासारखा सामाजिक विषयाचा सिनेमा दिला होता. देव आनंदने तुला ब्रेक दिला. अशा जुन्या जाणत्या अभिनेत्यांच्या काही विशेष आठवणी आहेत का?

आठवणी तर अनेक आहेत. राज कपूर मला 'ब्लू आय बेबी' म्हणत. दिलीप कुमार स्वभावाने अतिशय निगर्वी होते. चित्रपटांच्या शूटिंगच्या वेळी माझी आई नेहमी माझ्याबरोबर असायची. जर ती कधी माझ्याबरोबर दिसली नाही, तर मला ते मराठीतून आवर्जून विचारत, 'पद्मिनी, कशी आहे तुझी आई?'

'प्रेमरोग'साठी राज कपूर यांनी माझी निवड दुसऱ्या चित्रपटाच्या सेटवरच केली होती. अर्थात, त्यापूर्वी मी राज कपूर यांच्या 'सत्यम् शिवम् सुंदरम्'मध्ये झीनत अमान यांच्या बालपणीचा रोल केला होताच.

एकदा देव आनंद यांच्या एका चित्रपटासाठी प्रसिद्ध गायिका आशा भोसले रेकॉर्डिंग करत होत्या. त्यांच्या शिफारसीवरून मला १९७४ साली आलेल्या 'इश्क

इश्क इश्क'मध्ये बालकलाकार म्हणून संधी मिळाली. या चित्रपटानंतर 'ड्रीमगर्ल', 'स्वामीदादा', 'सत्यम् शिवम् सुंदरम्' असे चित्रपट केले आणि अभिनयाचा प्रवास सुरू झाला.

या प्रवासात काही राहून गेल्याची रुखरुख आहे का?

एकाच गोष्टीची रुखरुख मला आहे, ते म्हणजे संगीत! अभिनयामुळे माझं संगीत शिकणं राहून गेलं. माझे वडील पंढरीनाथ कोल्हापुरे आणि माझे आजोबा कृष्णा कोल्हापुरे यांची 'बळवंत' संगीत कंपनी होती. मा. दीनानाथ मंगेशकरांबरोबर त्यांनी संगीत नाटकांची निर्मितीदेखील केली होती. संगीत आमचं अस्तित्व, आमची ओळख आहे. पण अभिनय करण्याच्या नादात वडिलांकडून संगीत शिकणं राहूनच गेलं. आता त्याचं वाईट वाटतं. अभिनेत्री जुही चावला त्यांची शिष्या होती. आता जमेल तेव्हा मी गाण्याची हौस भागवून घेते. मी आणि माझी बहीण शिवांगीनं अनेक चित्रपटांसाठी पार्श्वगायन केलं आहे. अनेक चित्रपटांसाठी गानसम्राज्ञी लता दीदी, आशाताई यांबरोबर कोरसमध्ये गायलो आहोत. आता जसं जमेल तसं मी संगीत शिकणार आहे.

गेल्या दोन वर्षांपासून बॉलिवूडमध्ये 'मी टू' चळवळ चर्चेत आहे. तुझ्या उमेदीच्या काळात या बाबतीतलं वातावरण कसं होतं? तुझा वैयक्तिक अनुभव काय?

नायिकांचं, सहनायिकांचं शोषण प्रत्येक काळात झालंही असेल. पण सुदैवानं मला असे विचित्र अनुभव आलेले नाहीत. एक तर माझ्याबरोबर माझे पालक असायचे. माझी आई अनुपमा कोल्हापुरे एअर इंडियात नोकरीस होती. पण मी बॉलिवूडमध्ये जशी स्थिरावले, तशी माझ्या आईनं माझ्या बरोबर राहण्यासाठी तिची नोकरी सोडली. त्यामुळे माझ्याशी गैरवर्तन करण्याची कधी कुणाची हिंमत झाली नाही.

निर्माता प्रदीप शर्मा यांच्याशी विवाह झाल्यानंतर अभिनय थांबवायचा असं आधीच ठरवलं होतंस का?

'ऐसा प्यार कहां' हा प्रदीप शर्मा यांचा चित्रपट. यात मी, मिथुन आणि जया प्रदा होतो. या चित्रपटाचं शूटिंग पूर्ण होईपर्यंत प्रदीप यांनी मला लग्नाची मागणी घातली आणि मी होकारही दिला होता. मी लहान वयापासूनच अभिनय करत होते. त्यामुळे आता संसार करावा असं वाटू लागलं होतं. आम्ही लगेच १९८६मध्ये लग्नही

केलं. लग्नानंतर मी अभिनयातून ब्रेक घेतला. १९९०मध्ये मुलगा प्रियांकचा जन्म झाला.

स्वतःचे अनुभव लिहावेत, आत्मचरित्र लिहावं अशी इच्छा आहे का?

'पानिपत' चित्रपटाच्या शूटिंगदरम्यान आशुतोषनं मला म्हटलं होतं, 'पद्मिनी, तू अतिशय भाग्यवान आहेस. राज कपूर ते शाहिद कपूर आणि दिलीप कुमार ते ऋषी कपूर अशा प्रचंड मोठ्या रेंजमध्ये तू काम केलं आहेस. तुला तुझे हे अनुभव लिहायला हवेत. पण थांब. मीच लिहून देईन.' असो! आशुतोष पुढाकार घेत आहे हे महत्त्वाचं. आता पाहू कधी जमतंय ते.

स्वतःचा फिटनेस कसा सांभाळतेस?

खाण्यावर थोडं लक्ष ठेवते. आठवड्यातून दोनदा योग करते. माझी खास मैत्रीण म्हणजे पूनम धिल्लन. आम्ही वरचेवर भेटतो, गप्पा मारतो, सिनेमाला जातो. आयुष्य आनंदानं जगण्याकडे माझा कल असतो. माझी भाची श्रद्धा, भाचा सिद्धांत, बहीण शिवांगी, तिचे पती शक्ती कपूर, धाकटी बहीण तेजस्विनी असे आम्ही सगळे एकमेकांच्या संपर्कात असतो. एकमेकांचे टीकाकारही आम्हीच आणि प्रोत्साहन देणारेही आम्हीच आहोत!

★★★★★

‘आशिकी’ फेम

अनु अगरवाल

श्रवणीय संगीत असलेला ९०च्या दशकात आलेला हिंदी चित्रपट ‘आशिकी’ अनेकांच्या आजही लक्षात असेल. या चित्रपटाद्वारे राहुल रॉय आणि अनु अगरवाल या दोन कलाकारांनी चित्रपटसृष्टीत पदार्पण केलं होतं. यापैकी राहुल रॉय एखाद्या वेब सीरीजमधून आजही कधीतरी पडद्यावर दिसतो. मात्र अनु अगरवाल ही अभिनेत्री मात्र त्यानंतर मोजके चित्रपट करून काही वर्षांत रुपेरी पडद्यावरून गायबच झाली. ‘ती आता काय करते?’ अशी उत्सुकता वाटत असतानाच तिचं ‘अनयुज्वल मेमॉयर ऑफ ए गर्ल हू केम बॅक फ्रॉम डेड’ हे आत्मकथनपर पुस्तक प्रकाशित झालेल्याचं ऐकण्यात आलं. या पुस्तकाचे अन्य काही भाषांमध्ये अनुवादही झाले.

तिच्याशी झालेल्या गप्पांमधून समोर आली ती एक नव्या रूपातली, परिपक्व अनु!

तुझ्या कौटुंबिक पार्श्वभूमीविषयी माहिती देऊ शकशील का?

माझा जन्म दिल्लीत एका अतिशय सुसंपन्न आणि सुसंस्कृत कुटुंबात झाला. माझे वडील सरकारी नोकरीत होते, तर आई वकील होती. भाऊही अतिशय मोठ्या हुद्द्यावर होता, आहे. लहानपणापासून माझ्यावर आधुनिक विचारसरणीचे संस्कार झाले आहेत. मी अभ्यासात चांगली होते. पुढे समाजशास्त्र हा विषय घेऊन मी दिल्लीतून पदवी मिळवली. समाजशास्त्र विषयात मला सुवर्णपदकही मिळालं होतं. बुद्धीनं तल्लख आणि आधुनिक राहणीमान असल्यानं कॉलेजच्या स्नेहसंमेलनात भाग घेण्याचा मला नेहमी आग्रह केला जात असे.

आधी मॉडेलिंग आणि पुढे चित्रपटसृष्टीकडे कशी वळलीस?

माझं आतापर्यंतचं आयुष्य म्हणजे एक रहस्यमय प्रवास आहे असंच मला वाटतं. आयुष्यात घडलेल्या काही घटनांनी माझं आयुष्य पूर्णतः बदलून गेलं. माझ्या आयुष्यात अशा काही अतर्क्य, अविश्वसनीय घटना घडल्या आहेत, इतकी अनपेक्षित वळणं आली आहेत की, आता आयुष्य जणू संपलंच असं वाटलं होतं. पण पुन्हा माझ्या जीवनाला नव्यानं सुरुवात झाली.

खरं तर, मॉडेलिंगशी माझा काहीही संबंध नव्हता. मी कॉलेजमध्ये असताना एकदा काही मित्रमैत्रिणींबरोबर मुंबई फिरायला आले होते. साऊथ मुंबई पाहण्यासाठी आम्ही चर्चगेटला आलो होतो. तिथे एका अनोळखी व्यक्तीनं मला हटकलं. स्वतःचा परिचय करून दिला आणि मला मॉडेलिंग करशील का, असं विचारलं. तो कोण छायाचित्रकार होता हे मला आता आठवत नाही; पण त्यानं मला एक फोन नंबर आणि एका एजन्सीचा पत्ता दिला आणि भेटायला सांगितलं. माझ्या मित्रमैत्रिणींनीही मला प्रोत्साहन दिलं. शिक्षणाबरोबरच काही मिळकत होणार असेल तर काय हरकत आहे मॉडेलिंग करायला, असं त्यांचं म्हणणं होतं. मलाही स्वावलंबी होण्याची ही चांगली संधी वाटली आणि मी ती स्वीकारली.

हा काळ होता १९८६-८७चा. मी तेव्हा दिल्लीत राहत असल्यानं तिथून येऊन मुंबईत एकटीनं राहणं हे माझ्यासाठी तितकं सोपं नव्हतं. त्यामुळे शेवटी पेईंग गेस्ट म्हणून मी मुंबईत राहू लागले. हळहळू मला काम मिळायला लागलं. माझा चेहरा भारतीय, युरोपियन, आफ्रिकन अशा कुठल्याच एका साच्यात बसणारा नव्हता. त्यामुळे हा लुक ग्लोबली चांगला स्वीकारला गेला. अनेक आंतरराष्ट्रीय उत्पादनांसाठी माझा चेहरा योग्य ठरला. 'फेस ऑफ श्वेप्स इंडियन टॉनिक, पॅरिस' या उत्पादनांच्या जाहिरातीसाठी तर हजारो मॉडेल्सच्या चाचण्या घेण्यात आल्या होत्या. शेवटी तीन महिन्यांच्या ऑडिशन्सनंतर माझी निवड झाली आणि आंतरराष्ट्रीय स्तरावर अनु अगरवाल या भारतीय मॉडेलचं नाव झळकलं. मी सुपर मॉडेल झाले. यानंतर मी कामानिमित्तानं पॅरिस तसंच युरोपच्या अनेक देशांत एकटीनं प्रवास करू लागले. तिथे जाण्यायेण्याला, राहण्याला सरावले.

तोपर्यंत या क्षेत्रात माझं नाव सर्वदूर प्रसिद्ध झालं होतं. त्यानंतर मी लोकसंख्या नियंत्रणासारख्या सामाजिक कारणासाठी 'कामसूत्र कंडोम' या कंपनीसाठी काम केलं. त्या काळात कुठल्याही भारतीय मॉडेल अथवा अभिनेत्रीनं इतकं धाडसी पाऊल उचललेलं नव्हतं.

यानंतरच महेश भट्ट यांनी चित्रपटासाठी तुझ्याशी संपर्क केला का?

मी प्रसिद्धीच्या झोतात असल्यानं माझ्याशी संपर्क करणं तसं कठीण नव्हतं. महेश भट्ट यांनी माझी तेव्हा भेट घेतली आणि मला सांगितलं की, एका रोमँटिक चित्रपटाची कथा त्यांनी मला डोळ्यांसमोर ठेवून लिहिली आहे आणि मी जर हा चित्रपट स्वीकारणार नसेन, तर तो चित्रपट ते करणारच नाहीत. मी त्यांची कथा ऐकली, पण लगेच होकार दिला नव्हता. पण ते माझ्या होकाराची वाट पाहत राहिले होते. बराच वेळ झाला, संध्याकाळ झाली होती. दिवेलागण झाली आणि का कोण जाणे, मला त्यांना होकार द्यावासा वाटला. मग अखेरीस मी त्यांना 'आशिकी' चित्रपटासाठी होकार दिला. राहुल रॉय या नवोदित कलाकाराला त्यांनी या चित्रपटाद्वारे पहिली संधी दिली. या चित्रपटानं मला जनमानसात लोकप्रियता, प्रसिद्धी मिळवून दिली. टी-सीरीज या म्युझिक कंपनीलाही याच चित्रपटामुळे आर्थिक स्थैर्य मिळालं.

महेश भट्ट यांच्याबरोबर काम करण्याचा अनुभव कसा होता?

महेश भट्ट यांच्यात आणि माझ्यात मैत्रीचं नात होतं. मी त्यांना 'महेश' म्हणत असे, तर राहुल रॉय त्यांना 'भट्ट साहब' असं म्हणत असे. बॉलिवूडमध्येही त्यांना भट्ट

साहब याच नावानं ओळखलं जातं. ते माझ्याशी नेहमी चांगलेच वागले आहेत. मी सावनकुमार टाक, मणी कौल, राकेश रोशन, मणिरत्नम अशा इतर अनेक प्रसिद्ध चित्रपटनिर्मात्यांबरोबर काम केलं आहे. पण मला कोणाचा कधी वाईट अनुभव आला नाही. मी फारशी 'सोशल' कधीच नव्हते. सगळ्यांशी माझे मैत्रीचे संबंध असले, तरी कोणाशी कितपत मैत्री करावी याचं भान मला होतं. दोन्ही व्यक्तींमध्ये सामंजस्य असेल तर संबंध चांगले राहतात. टाळी कधी एका हातानं वाजत नाही असं माझं स्पष्ट मत आहे.

'आशिकी' चित्रपटाच्या यशानंतर तुझ्या आयुष्यात काय बदल झाले?

'आशिकी' चित्रपट प्रदर्शित झाल्यानंतर माझं खासगी आयुष्य फारच कठीण झालं. हजारोंच्या संख्येनं लोक माझ्या घरासमोर जमा होत असत. अगदी माझ्या आईवडिलांनाही दिल्लीतल्या आमच्या घराचे दरवाजे, खिडक्या बंद ठेवाव्या लागत. माझी अवस्था अवघड होऊन गेली होती. माझं रिक्षानं फिरणं, घराबाहेर पडणं बंदच झालं. एका दुपारी मी एका दुकानात गेले होते. तिथल्या काही सेल्समननी अनु अगरवाल दुकानात आली आहे हे बाहेर सांगितलं. झालं! दुकानाबाहेर प्रचंड गर्दी झाली. मी कशीबशी दुकानाच्या मागच्या दरवाज्यातून बाहेर पडले. तिथेही गर्दी होतीच. मला पाहण्यासाठी झालेल्या गर्दीनं वाहतूक खोळंबली होती.

या चित्रपटानंतर अनेक ब्रँड्सची मी ब्रँड ॲम्बॅसेडर झाले. खूप पैसा मिळाला. अवघ्या दोन वर्षांत मी वरळीसारख्या उच्चभ्रू लोकवस्तीत फ्लॅट विकत घेतला. त्यानंतर माझी आई अधूनमधून माझ्याबरोबर मुंबईत राहत असे.

एका चित्रपटाला यश मिळालं, तरी कुठले चित्रपट मी करावेत, कुठले करू नयेत हे मला समजत नव्हतं. मी सारासार विचार न करता भराभर चित्रपट करत गेले. मग त्यातले बहुतेकसे अयशस्वी झाले. लोकप्रियता, प्रसिद्धी जशी झपाट्यानं मिळाली होती, तशीच झपाट्यानं ती कमी होऊ लागली. या सगळ्यामुळे मला नैराश्य आलं. पुढे कितीतरी वर्षांनी योगाभ्यासाच्या मदतीनं मी यातून बाहेर आले आणि इतरांनाही योग शिकवू लागले.

तुझा जीवघेणा अपघात झाला तो केव्हा ?

वरळीहून मी माझ्या गाडीनं मरीन ड्राइव्हच्या दिशेनं निघाले होते आणि अचानक माझा गाडीवरचा ताबा सुटला. पुढचं मला काहीही आठवत नाही. मला लोकांनीच उचलून टॅक्सीत घालून डॉक्टरकडे नेलं होतं. माझं अर्धं शरीर पॅरालाइज्ड झालं होतं. शरीरातलं हाड न् हाड तुटलं होतं. तब्बल २९ दिवस मी कोमात होते. मी कशी बरी झाले हे एक आश्चर्यच आहे. डॉक्टरांनी तर माझ्या जगण्या-वाचण्याची आशाच सोडली होती.

पुढची तीन वर्षं मी ब्रीच कँडी हॉस्पिटलमध्येच होते. आईवडील, भाऊ यांच्या प्रेमाची ऊब आणि दुर्दम्य इच्छाशक्ती यांच्याच जोरावर केवळ मी तरले. मी वाचले; पण या अपघातानं माझ्या चेहऱ्याची मात्र दुर्दशा झाली होती. योग्य त्या उपचारांनी पुढे पाचसहा वर्षांनंतर मी पूर्ण बरी झाले. आता मला अभिनयाची संधी देणारे कोणीही नव्हते. मात्र याच काळात योग माझा गुरू झाला. त्याबरोबरीनं मी अनु अगरवाल फाऊंडेशन सुरू केलं. या संस्थेचं काम मी स्वतः पाहते. शारीरिक-मानसिक स्वास्थ्य, पर्यावरण, शिक्षण, योग अशा अनेक गोष्टींशी संबंधित काम या संस्थेतर्फे करण्यात येतं.

आता कोणत्याही ऐहिक गोष्टींमध्ये मला स्वारस्य उरलं नाही. मात्र, संपूर्ण वठलेल्या वृक्षालाही पालवी येऊ शकते आणि त्यासाठी दुर्दम्य इच्छाशक्ती, आशावाद हवा हे सांगण्यासाठीच मी स्वतःचे अनुभव पुस्तकरूपात शब्दबद्ध केले आहेत.

माझा गंभीर अपघात झाला आणि मी अभिनय, मॉडेलिंग या सगळ्यापासून दूर गेले. या काळात माझ्या सहकलाकारांनी, निर्मात्यांनी माझी दखल घेतली का, असं मला नेहमी विचारलं जातं. पण त्याचं उत्तर माझ्याकडे नाही! एक तर मी स्वतः मरणासन्न अवस्थेत होते. बाहेरच्या जगात काय चाललं आहे याची मला तेव्हा जाणीवही

नव्हती. आणि माझ्या कुटुंबातले कोणीही या लोकांना ओळखत नव्हते. त्यामुळे त्या कालावधीत माझी दखल कोणी घेतली अथवा नाही हे मला ठाऊक नाही. शिवाय, उगवत्या सूर्यालाच नमस्कार केला जातो ना? मग मी ते गैर का मानावं?

सध्या मी मुंबईत एकटीच राहते. आई येऊन जाऊन असते माझ्याकडे. मी कुटुंबाच्या संपर्कात असते. दोन वर्षांपूर्वी जेव्हा 'आशिकी-२' हा चित्रपट आला, तेव्हा एका सार्वजनिक कार्यक्रमात महेश भट्ट भेटले होते. मी काही बोलण्याआधी तेच म्हणाले की, 'आशिकी-२' चित्रपटालाही चांगला प्रतिसाद मिळाला; पण नव्या आशिकीला तुझ्या आशिकीची सर येणार नाही! त्यांच्या या वक्तव्यातच सारं काही आलं, नाही का?'

★★★★★

अभिनेता दिग्दर्शक

परमित सेठी

'दिलवाले दुल्हनियां ले जायेंगे' हा सुपरहिट चित्रपट विविध कारणांसाठी रसिकांच्या लक्षात राहिला. चित्रपटाचं संगीत, लोकेशन्स तर सुंदर होतीच, पण यातले सगळे कलाकारही त्या त्या भूमिकांसाठी रसिकांच्या कायम लक्षात राहिले. नायक, नायिकांबरोबर भलताच भाव खाऊन गेला, तो या चित्रपटातला देखणा खलनायक 'कुलजीत', म्हणजेच अभिनेता परमित सेठी! पुढे 'दिलजले', 'धडकन' अशा सुपरहिट चित्रपटांमधूनही त्यानं आपली खलनायकी प्रतिमा ठळक केली. अभिनय करता करता हा अभिनेता दिग्दर्शनातही उतरला. करिअरमधल्या वेगवेगळ्या वाटा चोखाळण्याची आवड असलेला हा कलाकार आता नव्या युगातल्या मनोरंजन माध्यमातही दिसून येत आहे.

हॉट स्टारच्या आगामी 'स्पेशल ऑप्स' या वेब सीरीजमधून परमित सेठी प्रेक्षकांच्या भेटीला येणार आहे. या वेब सीरीजसाठी झालेल्या प्रेस मीटमध्ये त्याची भेट झाली. आजवरच्या त्याच्या वाटचालीबद्दलची त्याच्याबरोबर झालेली ही दिलखुलास बातचीत.

गेली काही वर्षं तू पडद्याआड राहून दिग्दर्शनाची जबाबदारी सांभाळतो आहेस. मग अचानक 'स्पेशल ऑप्स' या वेब सिरीजमधून परत अभिनयात येण्याचं काही विशेष कारण?

'स्पेशल ऑप्स' ही वेब सीरीज नीरज पांडे यानं दिग्दर्शित केली आहे. 'वेन्सडे', 'स्पेशल २६', 'बेबी', 'नाम शबाना', 'एमएस धोनी' यांसारखे एकापेक्षा एक यशस्वी आणि समकालीन चित्रपट नीरज पांडे यांच्या नावावर आहेत. त्यांच्या प्रोजेक्टमध्ये काम करण्यासाठी अनेक दिग्गज कलाकारही धडपडत असतात. त्यामुळे नीरज पांडे हे नाव ऐकूनच मी 'स्पेशल ऑप्स'मध्ये काम करण्यासाठी लगेच होकार दिला. या वेब सीरीजचं चित्रण जगातल्या अनेक देशांमध्ये झालं आहे. संसदेवरच्या हल्ल्याचं दृश्य खरंखुरं वाटावं म्हणून संसदेचा सेट उभा केला होता. अगदी बारीकसारीक तपशील लक्षात घेऊन या मालिकेचं काम करण्यात आलं आहे. एका विशेष कामगिरीसाठी नियुक्त केलेला अधिकारी अशी माझी या मालिकेतली भूमिका आहे. कथेत रहस्य, थरार असल्यानं त्याविषयी आत्ताच अधिक काही सांगता येणार नाही. पण हे काम करायला मला खूप आवडतंय, हे नक्की!

वेब शोज, वेब सीरीज यांना मिळणारी लोकप्रियता बघता तरुण पिढीचा कल यांकडे जास्त आहे असं दिसून येतं. आगामी काळात चित्रपटांचं स्थान वेब सीरीज, वेब शोज घेतील असं वाटतं का?

हां जी। मोठ्या कालखंडाचा विचार केला, तर वेब शोजना मिळणारी लोकप्रियता चित्रपटांना वरचढ ठरू शकते. पण हे लगेच होणार नाही. हळूहळू बदल होईल. हे थांबवणं मात्र कठीण आहे. लहानांपासून थोरांपर्यंत सगळ्यांचीच मनोरंजनाची व्याख्या बदलत आहे. प्रत्येकाला स्वत:च्या गरजा, आवडीनिवडी महत्त्वाच्या वाटत आहेत. घरकाम करणाऱ्या लोकांनाही घरातल्या वायफायचा पासवर्ड हवा असतो. काम करतानाही मनोरंजन सुरू असलं पाहिजे ही त्यांच्यासाठी आवश्यक अट बनली आहे. कानांना इअरफोन लावूनच घरातली कामं सुरू असतात.

मी पत्नी आणि मुलांबरोबर जेवायला बाहेर हॉटेल, रेस्टॉरंटमध्ये जातो, तेव्हा बघतो की आजूबाजूला बसलेल्यांपैकी कित्येक जण आपापल्या मोबाईलमध्येच डोकं घालून बसलेले असतात. एकमेकांशी प्रत्यक्ष गप्पागोष्टी करण्यापेक्षा आभासी जगात हरवलेले असतात. आजच्या समाजाची ही जणू शोकांतिका आहे. या मोबाईलमुळे कौटुंबिक, सामाजिक जीवन नष्ट होत चाललं आहे. अशा मोबाईलव्यसनी लोकांसाठी वेब शोज वगैरे म्हणजे पर्वणीच आहे. हे व्यसन थांबवणं मोठं कठीण काम आहे.

अभिनयात तुझा चांगला जम बसला असतानाही तुला दिग्दर्शक व्हावं असं का वाटलं?

आपल्या बहुतेकांच्या आयुष्यात एक काळ असा येतो, जेव्हा आपण आपल्या वाटचालीचा मागोवा घेतो. मनाशी विचार करतो की, आपल्याला हवा तितका पैसा कमावला आहे, नावही मिळालं आहे, पण अजून काहीतरी वेगळं करायला हवं आहे. 'दिलवाले दुल्हनियां ले जायेंगे'सारख्या सुपरहिट चित्रपटात मला एक महत्त्वाची भूमिका साकारायला मिळाली याचं समाधान मला नक्कीच होतं. मात्र नव्याचा शोध सुरू होताच. याच दरम्यान यशराजकडून 'बदमाश कंपनी' या चित्रपटाचं दिग्दर्शन करण्याची संधी चालून आली. आणि ती संधी स्वीकारून मी दिग्दर्शनात आलो.

'दिलवाले दुल्हनियां ले जायेंगे' या चित्रपटानं यशाचे अनेक विक्रम केले आहेत. या दरम्यानच्या काही विशेष आठवणी?

या चित्रपटाची निर्मिती सुरू झाली तेव्हा असं कधी वाटलं नव्हतं, की हा चित्रपट इतके विक्रम करेल आणि जागतिक स्तरावरही लोकप्रिय होईल. अगदी अमेरिकेच्या राष्ट्राध्यक्षांनीसुद्धा या सिनेमाचं कौतुक केलं आहे. आजही मी जिथे कुठे जातो, तिथे माझ्या या चित्रपटातल्या 'कुलजित' या भूमिकेचा आवर्जून उल्लेख केला जातो. या प्रेमानं, आदरानं मला अगदी कृतार्थ वाटतं.

या चित्रपटासाठी जेव्हा यश चोप्रांनी शाहरुखला नायकाच्या भूमिकेसाठी विचारलं होतं, तेव्हा त्यानं लगेच होकार न देता विचार करायला वेळ मागून घेतला होता. त्याला वाटत होतं की, त्याचं व्यक्तिमत्त्व 'राज मल्होत्रा' या भूमिकेला हवं तसं 'हिरो' छाप नाहीये. या रोमँटिक भूमिकेसाठी हवा तसा चेहरामोहरा त्याचा नाही. पण मग यश अंकल आणि पामेला आंटीनं त्याला समजावलं आणि शाहरुख चित्रपटासाठी तयार झाला.

या चित्रपटातल्या एका दृश्यात हिरव्यागार शेतातून नायिका धावत नायकाला भेटायला येते असं दाखवायचं होतं. मात्र त्या वेळी शेतात 'सरसो'चं, म्हणजे मोहरीचं पीक तयार झालेलं होतं. त्यामुळे स्थानिक शेतकरी हे दृश्य चित्रित करायला विरोध करायला लागले. परिस्थिती थोडी गंभीर बनली होती. मग शाहरुखनंच पुढाकार घेऊन पंजाबी, हरयाणवी भाषेत या शेतकऱ्यांची मनधरणी केली आणि त्यांची समजूत घातली.

अशा अनेक आठवणी आहेत. या चित्रपटातली दोनतीन गाणी इथल्या सेटवर, तर दोनतीन गाणी स्वित्झर्लंडला चित्रित केली होती. एकूणच हसत खेळत, छान वातावरणात हा सिनेमा पूर्ण झाला होता.

नायकाला शोभेसं देखणं व्यक्तिमत्त्व तुला लाभलं असूनही तुला खलनायकाच्या किंवा नकारात्मक भूमिका कराव्या लागल्या, याचं कधी वाईट वाटलं का?

आधीही असं कधी वाटलं नाही आणि आज तर तसा काळही उरलेला नाही. चित्रपटक्षेत्राशी फारसा संबंध नसलेल्या कुटुंबातून मी आलो आहे. त्यामुळे अभिनयात मला जी संधी मिळाली, ती मी घेतली. खूप कमी लोकांना अभिनयात आपल्याला हवं तसंच करिअर करण्याची, वेगळ्या वाटा चोखाळण्याची संधी मिळते. माझ्या सुदैवानं मला ती मिळाली आणि मी ती घेतली. विनोद खन्ना, शत्रुघ्न सिन्हा यांसारख्या देखण्या कलाकारांनाही सुरुवातीच्या काळात नकारात्मक भूमिका कराव्या लागल्या आहेतच. त्याचबरोबर आयुष्मान खुराना, इरफान खान, नवाजुद्दीन सिद्दीकी, राजकुमार राव हे तसं म्हटलं तर पारंपारिक 'हिरो'च्या व्याख्येत न बसणारे; पण आज ते आघाडीचे, यशस्वी कलाकार आहेत. तेव्हा, असे हे नवे बदल स्वागतार्हच म्हटले पाहिजेत. त्यामुळे मी माझ्या वाटचालीबाबत संतुष्ट नसलो, तरी समाधानी नक्कीच आहे.

विवाहबंधनात टिकून राहिलेल्या कलाकारांच्या जोड्या बॉलिवूडमध्ये कमीच पाहायला मिळतात. या पार्श्वभूमीवर तुझ्या पंचवीस वर्षांच्या सुखी संसाराचं गुपित काय सांगशील?

सुखी संसाराचं श्रेय आम्हां दोघांचं आहे. माझी पत्नी अर्चना पूरण सिंह माझ्यापेक्षा काही वर्षांनी मोठी आहे. लग्नाआधी आम्ही काही काळ 'लिव्ह इन'मध्ये राहत होतो. तेव्हा असलेलं मैत्रीचं नातं आमच्या लग्नानंतरही कायम राहिलं.

'कुछ कुछ होता है' या चित्रपटात अर्चनाच्या तोंडी एक वाक्य आहे 'प्यार दोस्ती है'! अर्चनानं हे वाक्य आमच्या वैवाहिक जीवनात खरं करून दाखवलं आहे. आम्ही एकमेकांच्या चुकांकडे दुर्लक्ष करतो आणि गुणांचं कौतुक करतो. हेच आमच्या सुखी संसाराचं गुपित आहे. यापुढेही आमचं हे नातं असंच ताजंतवानं राहील याची मला खात्री आहे.

तुमच्या मुलांनाही अभिनयाच्या क्षेत्रात येण्याची इच्छा आहे का?

आर्यमान आणि आयुष्मान या आमच्या दोन्ही मुलांनी न्यूयॉर्कमध्ये जाऊन अभिनयाचा आणि दिग्दर्शनाचा कोर्स केलाय. शिवाय त्यांना काही जास्तीचं मार्गदर्शन हवं असल्यास आम्ही दोघं आहोतच. पण त्यांनी स्वतः प्रयत्न करून या क्षेत्रात स्वतःचं स्थान निर्माण केलं, तर त्यांना कष्टाची, पैशाची किंमत कळेल असं आम्हाला वाटतं. आम्हाला शक्य आहे ते सगळं आम्ही त्यांना शिकवलं, चांगलं शिक्षण दिलं. आता पुढे त्यांनी स्वतःच स्वतःचं करिअर घडवावं अशी आमची इच्छा आहे.

★★★★★

गुणी अभिनेत्री

विद्या बालन

'हम पांच' या टीव्ही मालिकेपासून अभिनयाचा श्रीगणेशा करून आज हिंदी चित्रपटसृष्टीतली एक कसदार अभिनेत्री म्हणून ओळखली जाणारी गुणी कलाकार म्हणजे अभिनेत्री विद्या बालन! प्रख्यात गणितज्ञ शकुंतला देवी यांच्या जीवनावर आधारित असलेल्या 'शकुंतला देवी' या चित्रपटात तिनं शकुंतला देवींची मुख्य भूमिका समर्थपणे साकारली आहे.

अभिनयातील तिच्या या प्रवासाबद्दल तिच्याशी गप्पा मारण्याची संधी मिळाली...

लॉकडाऊनचा काळ कसा गेला? काही वेगळं केलंस का या वेळेत?

२२ मार्च, २०२०ला देशात पहिलं लॉकडाऊन सुरू झालं, तेव्हा 'शेरनी' या चित्रपटासाठी माझं आसामच्या जंगलात शूटिंग सुरू होतं. वन्यजीव रक्षणावर आधारित असलेला हा चित्रपट अमित मसूरकर यांनी दिग्दर्शित केला आहे. ३ मार्चला शूटिंग सुरू झालं होतं आणि महिनाभर चालणार होतं. पण अचानक, ध्यानीमनी नसताना लॉकडाऊन सुरू झालं आणि शूटिंगचा गाशा गुंडाळून आम्ही सगळ्यांनी मुंबई गाठली. मुंबईत पहिले दोनचार दिवस आराम करण्यात गेले; पण नंतर कोविडचं भयानक रूप, त्याचे परिणाम हळूहळू समजू लागले. घरकाम करणारे मदतनीस बंद झाल्यानं मी आणि माझा नवरा सिद्धार्थनं घरातली कामं वाटून घेतली. मी केर काढला, तर सिद्धार्थनं घरातली स्वच्छता केली. मी वॉशिंग मशीन लावलं, तर त्यानं कपडे वाळत घातले. आम्ही दोघांनी सामंजस्यानं घरातल्या जबाबदाऱ्या पार पाडल्या. स्वयंपाकाचं काम मात्र माझं होतं. सिद्धार्थला चहासुद्धा करायची कधी सवय नाही. मी या लॉकडाऊन दरम्यान अनेक नवनवीन पदार्थ करायला शिकले. सांबार-भातापासून उकडीच्या मोदकापर्यंत सगळं! मला त्याची आवड आहे; पण आतापर्यंत वेळेअभावी कधी करू शकले नव्हते. ती हौस आता पूर्ण करता आली. लॉकडाऊनमध्ये मी चक्क घरातले बल्बही बदलायला शिकले आणि अगदी खऱ्या अर्थानं स्वावलंबी झाले. या काळात नैराश्य, भीती, अस्वस्थता, बेचैनीही काही वेळा जाणवली. पण मनाची ती अवस्था वाढू नये म्हणून मी स्वतःला कशात ना कशात गुंतवून ठेवलं. मी आणि सिद्धार्थने नव्या वेब सीरीज पाहिल्या. मग जून महिन्याच्या अखेरीपासून तर माझ्या 'शकुंतला देवी' या चित्रपटाचं प्रमोशन सुरू झालं. त्यात माझा बराच वेळ गेला. अर्थात तो माझ्या कामाचाच अविभाज्य भाग होता.'

'शकुंतला देवी – द ह्यूमन कम्प्युटर' या बायोपिकमध्ये तू गणितज्ञ शकुंतला देवी यांची व्यक्तिरेखा साकारली आहेस. प्रत्यक्ष जीवनात तुझे आणि गणिताचे गुण जुळतात की छत्तीसचा आकडा?

व्हेरी इंटरेस्टिंग! माझे आणि गणिताचे गुण नेहमीच चांगले जुळतात. गणितात मला अगदी पैकीच्या पैकी गुण मिळाले नाहीत, तरी छत्तीसचा आकडा नक्कीच नव्हता. आकडेमोड करणं आवडतं. मला कोणतीही संख्या सहज लक्षात राहते. पूर्वी तर सगळ्यांचे फोन नंबर कितीतरी वर्षं माझ्या लक्षात होते. आमच्या घराची मी जणू टेलिफोन डिरेक्टरीच होते. हल्ली आपण फोन नंबर न बघता ते थेट मोबाईलमध्ये सेव्ह करून ठेवतो. त्यामुळे नंबर लक्षात राहत नाहीत.

कोरोना काळात काय शिकायला मिळालं असं वाटतं?

हा काळ फार वाईट होता, आहे. यापूर्वी कधी आरोग्यावर तसंच आर्थिक, मानसिक पातळ्यांवर इतकं प्रचंड मोठं संकट आलं नव्हतं. लाखो लोकांची आर्थिक परवड झाली आहे. हजारो लोक प्राणाला मुकले आहेत. अनेकांच्या दैनंदिन जीवनात अनेक ताणतणाव यामुळे निर्माण झालेत. कधी नाही इतका मानसिक थकवा जाणवतो आहे. मात्र त्याच वेळी या संकटानं संयम शिकवला आहे. मला स्वतःला तर शांततेची इतकी सवय झाली आहे, की आता मोबाईलची रिंगही सहन होत नाही. मी तर गेले कित्येक महिने मोबाईल सायलेंटवर ठेवला आहे. कोणाचा फोन येऊन गेला आणि कळलं नाही, तर त्यांना मी पुन्हा फोन करते. मानसिक तणावावरचा हा माझा एक प्रकारचा उपायच आहे.

साधारण २५ वर्षांपूर्वी 'हम पांच' या मालिकेपासून सुरू झालेली तुझी अभिनयातली घोडदौड आता 'शकुंतला देवी'पर्यंत येऊन पोहोचली. हा चित्रपट स्वीकारण्यामागं काही विशेष कारण होतं का? चित्रपटातल्या तुझ्या भूमिकांनी तुला काय दिलं असं तुला वाटतं?

शकुंतला देवी या मानवी संगणक स्त्रीवर बायोपिक करावा हा विचार अर्थात दिग्दर्शिका अनु मेनन हिचा होता. या चरित्रपटासाठी फक्त विद्या बालनच योग्य आहे, हेही तिचंच मत. त्यामुळेच तिनं माझ्याशी संपर्क साधला. जागतिक कीर्तीच्या या विदुषीची व्यक्तिरेखा साकारणं हा कुठल्याही अभिनेत्रीसाठी बहुमानच! त्यामुळे मी ही ऑफर स्वीकारली.

शकुंतला देवी या व्यक्तिरेखेनं मला विचारांची समृद्धी दिली. मी साकार केलेल्या बहुतेक व्यक्तिरेखांमुळं मीच समृद्ध, विकसित झाले आहे. 'तुम्हारी सुलु' मधली सुलूसारखी सर्वसामान्य स्त्री, 'डर्टी पिक्चर'मधली सिल्क स्मितासारखी अभिनेत्री, बेगम जान ही सेक्स वर्कर किंवा 'हे बेबी'मधली अविवाहित माता. स्त्रीच्या या विविध रूपांतून तिचे निरनिराळे पैलू, निराळ्या छटा दिसून येतात. केवळ अनेक पदव्या मिळवल्या म्हणजेच ती स्त्री महान ठरते असं नाही, तर अगदी सामान्य स्त्रीमध्येही असामान्य गुण असतात. हेच तिचे गुण, तिचं वेगळेपण तिला ओळख देतं.

शकुंतला देवी या भूमिकेसाठी तुला काही गृहपाठ करावा लागला का?

शकुंतला देवी उच्चशिक्षित नव्हत्या. पण कोणतीही आकडेमोड त्या सहज करत असत. अंक जणू त्यांचे अंकित होते. त्यांनी जगभर गणिताचे कार्यक्रम केले. स्त्रीला

स्वत:च्या इच्छाआकांक्षांप्रमाणे जगता यायला हवं, तिचं लग्न किंवा तिचं मातृत्व यानंच तिला परिपूर्णत्व येतं असं नाही, असं त्यांना वाटे. शकुंतला देवी स्त्रीवादी नव्हत्या, तशाच त्या पुरुषद्वेष्ट्याही नव्हत्या. जीवन भरभरून, समरसून जगलेली ही स्त्री होती. कामशास्त्र ते स्वयंपाक आणि गणित ते पर्यटन अशा अनेक विषयांवर त्यांनी पुस्तकं लिहिली आहेत. पुरुषांची मक्तेदारी असणाऱ्या गणित या विषयात त्यांनी स्वत:चं अढळ स्थान निर्माण केलं. गणिताची दैवी देणगी त्यांना जन्मजात मिळाली होती. गणितातल्या त्यांच्या या योगदानानं त्यांनी देशाचं नावही उज्ज्वल केलं. 'गिनीज बुक ऑफ वर्ल्ड रेकॉर्ड्स'मध्ये त्यांच्या विक्रमांची नोंद झाली आहे.

शकुंतला देवी रसिक होत्या. आयुष्यात आपल्याला हवं ते सगळं करावं असं त्यांना वाटे. त्या स्वत: तशाच जगल्या. त्या नेहमी लिपस्टिकच्या डार्क शेड्स वापरत. चित्रपटादरम्यान त्यांच्याबद्दल अगदी बारीकसारीक माहितीही मिळवायचा मी प्रयत्न केला. त्यांच्याबद्दल अभ्यास केला. दिग्दर्शक अनु मेननबरोबरही मी खूप वेळा चर्चा केली. शकुंतला देवींची मुलगी, जावई यांनाही भेटले.

या बायोपिकसाठी आवश्यक असणारी ड्रेसिंग स्टाईल आणि स्टायलिंग निहारिका भसीननं करून दिली. त्याच्याही खूप रिहर्सल्स झाल्या. 'डर्टी पिक्चर' चित्रपटासाठीही माझी कॉस्चुम डिझायनर, स्टायलिस्ट निहारिका भसीनच होती. तिच्या कामावर माझा विश्वास आहे.

'शकुंतला देवी' हा चित्रपट थिएटरमध्ये नाही, तर ॲमझॉन प्राईमवर रिलीज झाला. त्याबद्दल काय सांगशील?

चित्रपट तयार केला होता तो सिनेमागृहांत येणाऱ्या प्रेक्षकांसाठीच. पण या कोरोना प्रकरणानं सगळंच बदललं. त्यामुळे ॲमझॉन प्राईमवर तो रिलीज करावा लागला.

३१ जुलैला जगातल्या २०० देशांमध्ये माझा हा चित्रपट प्रेक्षकांनी एकाच वेळी बघितला. हाच आनंद माझ्यासाठी जास्त आहे. चित्रपटगृहांमध्ये प्रदर्शित झाला असता, तर इतक्या देशांमध्ये एकाच वेळेला शक्य झालं नसतं. जे होतं ते चांगल्यासाठीच, असं मी मानते.

प्रत्येकाला कारकिर्दीत चढउतारांना सामोरं जावं लागतं. चित्रपटसृष्टीत जास्तच. तू त्याला कशी सामोरी गेलीस? बॉलिवूडमध्ये बाहेरून येणाऱ्यांवर अन्याय होतो असं म्हटलं जातं. तुला काय वाटतं?

मी खूप बोलकी आहे. माझ्या भावना मी बोलून व्यक्त करते. मी सेटवर जरी असले, तरी भूमिकेत शिरेपर्यंत मी माझ्या सहकलाकारांशी नेहमी बोलत असते. त्यामुळे संवाद राहतो. अर्थात कुणाच्याही व्यक्तिगत आयुष्यावर बोलणं टाळते. माझ्या माहेरी खूप मोकळं वातावरण आहे. घरातल्या एकाची समस्या ही साऱ्या घराची समस्या असते. मग प्रश्न साधा असो वा गंभीर, आम्ही पाचही जण त्यावर आपापली मतं मांडतो. त्यामुळे माझ्या कुटुंबात माझं दु:ख, अडचणी कधीही फक्त माझ्यापुरत्या मर्यादित राहत नाहीत. त्या कुटुंबाच्या होऊन जातात. माझ्या व्यावसायिक आयुष्यातही जेव्हा कधी असे चढउतार आले त्या वेळी मी त्याबद्दल माझे वडील, आई, मोठी बहीण यांच्याशी बोलले. बोलल्यामुळे मनातल्या विचारांचा निचरा होतो. मनातले विचार मनातच राहिलं, की त्यातून ताणतणाव निर्माण होतात.

माझं लग्न झाल्यानंतर मी माझ्या चेंबूरच्या घरातून सिद्धार्थच्या जुहूच्या घरी आले. इथेही माझं आणि सिद्धार्थचं छान नातं तयार झालं आहे. आम्ही एकमेकांना छोट्यामोठ्या सगळ्या गोष्टी सांगतो. त्यावर चर्चा करतो. त्यातून काही सकारात्मक मार्ग निघेल असं बघतो. शेवटी नकारात्मकता, मग ती मनातली असो, समाजातली किंवा बॉलिवूडमधली, भयावहच असते.

मी दाक्षिणात्य असल्यानं मी करिअरची सुरुवात साऊथ इंडियन फिल्म इंडस्ट्रीमधून केली. माझ्यावर सुरुवातीला 'अपशकुनी' असा ठपका ठेवला गेला. मला चित्रपटातून बाहेरही काढलं गेलं. पण माझ्या कुटुंबानं मला सावरलं. त्यामुळे मी पुन्हा उभी राहू शकले. त्यांच्या प्रोत्साहनानंच मी काम करत राहिले. त्यानंतरच्या काळात मी 'परिणीता' चित्रपटाचे दिग्दर्शक प्रदीप सरकार यांच्या ६० जाहिरातींमध्ये काम केलं आणि मग मला 'परिणीता' चित्रपट मिळाला. त्या चित्रपटाला चांगलं यशही मिळालं. पण त्यानंतरही माझ्यावरची टीका कमी झाली नाही. मला ड्रेसिंग सेन्स नाही, *आय कान्ट कॅरी मायसेल्फ,* माझं वजन जास्त आहे, मी स्थूल आहे, गरोदर आहे... एक ना दोन. दर दिवशी नवी दूषणं, नव्या अफवा. अशा या पराकोटीच्या टीकेचा झंझावात सहन करणं सोपं नव्हतं. पण कुटुंबाचा भक्कम आधार, सकारात्मकता आणि स्वत:च्या भावना व्यक्त करत राहणं यांमुळे याचा त्रास कमी होतो. हा माझा अनुभव आहे. प्रत्येक क्षेत्रात अन्याय होतच असतात. बॉलिवूडमधले अन्याय अगदी सहज दिसून येतात, आणि म्हणून ते सर्वदूर पसरतात इतकंच.

मी 'आउटसायडर' असूनही इथे टिकून दाखवलं, यातच सगळं आलं! कभी इनसायडर बनने की उम्मीद ही नहीं थी!

चित्रपटातल्या प्रत्येक भूमिकेसाठी तू वेगळं परफ्यूम वापरतेस असं ऐकलं आहे. हे खरं का?

जी हां! मी प्रत्येक व्यक्तिरेखेत अगदी आरपार शिरते. माझा हा प्रवास अगदी खोलवर असतो. ती व्यक्तिरेखा रंगवताना माझ्यातली विद्या नाहीशी झालेली असते. त्या व्यक्तिरेखेचे बारीकसारीक तपशीलही मी जाणून घेते. मी साकारणार असलेली व्यक्तिरेखा कुठलं परफ्यूम वापरत असे का, याची माहिती घेते. मला जर त्या परफ्यूमचे नाव समजलं, तर मी तोच सुगंध मागवून घेते आणि वापरते. शकुंतला देवी दोनतीन प्रकारची परफ्यूम्स वापरत असत. तेच परफ्यूम्स मी या चित्रपटाच्या चित्रिकरणादरम्यान वापरलं होतं. २०१७मध्ये आलेला 'बेगम जान' हा चित्रपट कुंटणखाना चालवणाऱ्या, देहविक्रय करणाऱ्या स्त्रीच्या कथेवर आधारित होता. त्यामुळे त्या काळात उपलब्ध असणारी, काहीशी उग्र वासाची अत्तरं बेगम जान या भूमिकेसाठी मी वापरली. माझ्यासाठी तो तिच्या व्यक्तिमत्त्वाचा एक भाग होता. खरं म्हणजे ती अत्तरं वापरून माझं डोकं ठणकायचं. पण तरीही शूटिंग संपेपर्यंत मी 'बेगम जान' होते. शूटिंग संपलं, तेव्हा डोकं उठवणाऱ्या त्या अत्तरापासून सुटका झाली म्हणून मला हायसं वाटलं होतं.

'तुम्हारी सुलू' चित्रपट तसा फिक्शनल होता. पण मध्यमवर्गीय सुलू साकारताना मी 'सुलू'मय झाले होते. सर्वसाधारण गृहिणी नेहमी कोणतं परफ्यूम वापरेल, तसेच तेव्हा मीही वापरले होते. भूमिकेत शिरण्यासाठीचा हा मार्ग मला सोपा वाटतो.

हल्ली बॉलिवूडमधले बरेच कलाकार वेब सिरीज करताना दिसतात. वेब सिरीज, वेब शोजबद्दल तुझं काय मत आहे? या प्लॅटफॉर्मवर काम करण्याचा तुझा विचार आहे का?

मला दर महिन्याला किमान दोनतीन वेब शोजच्या ऑफर्स येत असतात. पण २०२३पर्यंत मी चित्रपटांच्या कामात व्यग्र आहे. आणि कोव्हिडच्या संकटामुळं सगळीच गणितं बदलून गेली असल्यानं पुढचा काही अंदाज येत नाही. त्यामुळं इतक्यात काही सांगता येत नाही. पण सध्या तरी वेब सिरीज, वेब शोज करण्याचा माझा विचार नाही. *बट यू नेव्हर नो अबाऊट टुमारो!*

मी वर्षातून एकच सिनेमा करते. तो सिनेमा पूर्ण झाला की मला त्या भूमिकेतून बाहेर पडण्यासाठी किमान दोनतीन महिने तरी लागतात. हा वेळ मी भटकंती करते, कुटुंबाबरोबर घालवते. *सिद्धार्थ इज माय बेस्ट बडी.* या सगळ्यानं मी पुन्हा ताजीतवानी होते. त्यामुळे हातात फारसा वेळ उरत नाही.

★★★★★

नव्या दमाची अभिनेत्री

तापसी पन्नू

दिल्लीतल्या मध्यमवर्गीय पंजाबी कुटुंबात जन्मलेल्या तापसीचा आजवरचा प्रवास जितका रंजक, तितकाच उद्बोधक! कौटुंबिक, पारंपरिक विचारांच्या चौकटी मजबूत असताना आईवडिलांना न दुखवताही तापसीच्या वागणुकीत एक प्रकारची बंडखोरी बालपणापासून होती हे तिच्याशी बोलताना जाणवतं. पॉकेट मनीसाठी वारंवार घरी हात पसरावा लागू नये म्हणून तिने मॉडेलिंग केवळ छंद म्हणून सुरू केलं...

तिने प्रारंभिक शिक्षण जय माता कौर पब्लिक स्कूल अशोक विहारमधून आणि गुरू तेग बहादुर इन्स्टिट्यूट ऑफ टेक्नोलॉजीमधून कॉम्प्युटर सायन्स विषयात ग्रॅज्युएशन केले. कॅम्पस रिक्रूटमेंटद्वारे तिला उत्तम पगाराची नोकरीदेखील लागली; पण तिचं मॉडेलिंगमध्ये बस्तान बसू लागलं आणि साऊथ फिल्मच्या ऑफर्स मिळू लागल्या. यापुढची पायरी होती हिंदी फिल्म्सच्या ऑफर्स. नेहमीच सडेतोड बोलणाऱ्या तापसीने नायिकांची ठरावीक चाकोरी मोडून काढत आधी स्वतःची वहिवाट आणि मग यशाचा राजमार्ग निर्माण केला. 'चश्मेबद्दूर'पासून सुरू झालेला प्रवास पुढे 'बेबी', 'पिंक', 'बदला', 'सांड की आंख', 'मनमर्ज़ीया', 'थप्पड' असा सुरूच आहे. तापसीच्या कारकिर्दीची गाडी सुसाट सुटली आहे, तीसुद्धा कुठल्याही गॉडफादर किंवा मेंटॉरविना हे आणखी एक वैशिष्ट्य...

तुझ्या कारकिर्दीकडे एक कटाक्ष टाकला असता लक्षात येतं ते या सगळ्याच सशक्त, भावखाऊ भूमिका तुझ्याकडे आल्यात. हा निव्वळ योगायोग मानायचा की, पुरस्कारासाठी नॉमिनेट होतील अशा भूमिकांसाठी तुझा संघर्ष, तुझी धडपड?

नाही. असं काही नाही. मी असं मानते, आणि मी खूपदा बोलूनही दाखवलं आहे की 'सांड की आंख' या चित्रपटासाठी मी प्रॉडक्शन हाऊसशी स्वतः संपर्क साधला होता. त्यातल्या भूमिका दोन वयस्कर महिलांच्या होत्या. नशिबाने ती भूमिका मला मिळाली. आता मला अपारंपरिक भूमिका मिळवण्यासाठी विशेष काही कष्ट घ्यावे लागत नाहीत. अशा दमदार भूमिकांच्या ऑफर्स मिळून जातात. जेव्हा अशा सशक्त भूमिका मिळतात, तेव्हा मी आनंदानं त्या स्वीकारते हे खरं, पण विश्वास ठेवा, या व्यक्तिरेखा करताना दमछाक होते. कधीकधी मी इतकी दमून जाते की, दोन घास खायचीही शुद्ध राहत नाही. मग मी हा प्रश्न स्वतःलाच विचारते की, मी या भूमिकेसाठी होकार का दिला? मी माझ्याच प्रतिबिंबाला विचारते की, तापसी जर अशा सशक्त व्यक्तिरेखा करायला नकार द्यायला लागली, तर दुसरं कोण त्या इतक्या मनापासून साकारेल? आणि मग स्वतःला थकवून सोडणाऱ्या या भूमिकांचा प्रवास सुरूच राहतो...

२०२१मध्ये तुझा 'रश्मी रॉकेट' हा चित्रपट रिलीज झाला. त्यात तू ॲथलीट युवतीची भूमिका केली आहेस. हिंदी-साऊथ चित्रपटांच्या नायिका म्हणजे धष्टपुष्ट असं सर्रास चित्र असताना तुला अशी भूमिका करणं किती कठीण गेलं?

मी पंजाबी - सिखणी आहे. बऱ्याचदा आमच्याकडच्या स्त्रियाही अंगापिंडाने धिप्पाड असतात. त्यामुळे माझी उंची ५ फूट साडेसात इंच आणि वजन ६३ किलोपर्यंत होतं, असायचं.. मी 'टॉमबॉय'च होते. लहानपणापासून भातुकलीच्या खेळांमध्ये, बाहुलीशी खेळण्यांमध्ये मी कधी रमले नाही. घरात खेळायचे बैठे खेळ खेळणारी मी कधीच नव्हते. माझा संबंध नेहमी मैदानी खेळांशीच होता. तुम्हाला ऐकून आश्चर्य वाटेल; पण मी घरी फक्त आंघोळीपुरती किंवा जेवणापुरती येत असे. वडील म्हणत की, तापसी घरातली मोठी मुलगी, पण लक्षणं सगळी मुलांसारखी! पठ्ठी घरात थांबतच नाही. बास्केटबॉल ते हॉकी आणि बेसबॉल ते क्रिकेट असे सगळे खेळ मी तासन्तास खेळत बसे. घरी जाण्याची शुद्ध नसायची मला. खूप ओरडा खाल्ला आहे मी... माझ्यासाठी 'स्पोर्ट्स' हा प्रांत फार जिव्हाळ्याचा आहे.

खेळाडू म्हणजे माझं दैवत. त्यांची जीवनशैली मी माझ्या नकळत आत्मसात करत गेले. त्यांचे सराव, त्यांचा फिटनेस माझ्यासाठी आदर्श राहिलेत. त्यामुळे रश्मी ॲथलीटची भूमिका करताना फार काही जगावेगळं मी करणार आहे असं नव्हतं. पण एक महत्त्वाचा मुद्दा -अगदी ग्यानबाची मेख म्हणा नं- अभिनेत्रींसाठी तिचं आकर्षक शरीरसौष्ठव हे तिचं ॲसेट मानलं जातं; पण ॲथलीट दिसण्यासाठी मला शरीरसौष्ठव नव्हे, तर पिळदार शरीर दाखवणं ही भूमिकेची गरज होती. शरीर असं पिळदार, 'मसल्स'युक्त होण्यासाठी फार मेहनत लागली. आहार, व्यायाम, ठरावीक झोप - खूप काही करावं लागलं. माझ्या आहाराबद्दल बोलायचं झालं तर संपूर्ण मुलाखत त्यावर द्यावी लागेल!

सर्वसामान्य लहान मुलींप्रमाणे तुला घरात बसून भातुकली खेळणं आवडलं नाही, मग तेव्हाही घरून रोष पत्करावा लागला असेल ना?

गोष्ट फक्त भातुकली खेळण्यापर्यंतच मर्यादित नव्हती. मी इतर बायकांप्रमाणे सलवार-कमीज असे कपडेही कमी वापरले. जीन्स आणि शर्ट असेच कपडे जास्त वापरले. आईवडील खूप रागवायचे. काही नातेवाइकांनाही ते पटत नव्हतं. स्त्रियांनी असंच राहायला हवं या ढोबळ, ठोकळेबाज साच्यात मी फिट बसत नव्हते. पण माझ्याबद्दल कोण काय मतं करून घेताहेत याकडे मी कधी फारसं लक्षही नाही दिलं.

इतरांच्या मर्जीप्रमाणे मी जगायचं, मग माझ्या मर्जीप्रमाणे मी कधी जगू? मी कुणाचं वाईट करत नाही. कुणाचा द्वेष करणं माझ्या खिलाडू वृत्तीला मानवणारं नाही. मम्मीडॅडींचा रुसवा घालवता येतो; पण संपूर्ण समाजाच्या मनाचं ओझं मी का वाहावं?

मी इंजिनीअर झाले. नोकरी सुरू असताना, हातचं सोडून पळत्याच्या (अभिनयाच्या) पाठी लागू नये, एक सेटल्ड आयुष्य जगावं, असं वडिलांचं ठाम मत... पण बीजीचं (आईचं) मला अनुमोदन होतं. तापसीने अभिनयात प्रयत्न करायला हरकत नाही असं तिला वाटत होतं. दोनतीन चित्रपटांना जर हिंदीत अपयश मिळालं, तर मी पुन्हा दिल्लीत येऊन एमबीए करावं आणि नोकरी करावी असं तेव्हा ठरलं. मी त्यांच्या इच्छेला दुजोरा दिला. सुदैवाने 'बदला', 'पिंक', 'नाम शबाना' असे एका मागोमाग एक चित्रपट बॉक्स ऑफिसवर चालले. समीक्षकांनी दखल घेतली आणि मी इथे आजतागायत टिकले. मग समाजाच्या टीकेला मी किंमत दिली नाही.

अभिनयात पदार्पण केलंस तेव्हा तुझ्यावर टीका झाली असेल! स्वत:ला फिल्म इंडस्ट्रीप्रमाणे बदलण्यासाठी तू प्रयत्न केलेस की, इथली इंडस्ट्री तुझ्या मतांना दुजोरा देऊ लागली?'

बदल हा अपरिहार्य आहे, सगळ्या क्षेत्रांत... मी फार बदलले नाही. ओव्हर ऑल

फिल्म इंडस्ट्री बदलत चालली आहे. तसं १०० टक्के कुणीही बदलणार नाही. किमान ओव्हरनाईट तरी! मी ग्लॅमरस रिव्हिलिंग पोशाख करते किंवा मी स्विमिंग कॉस्च्युम घालते, तेव्हाच, जेव्हा मला ते आवश्यक वाटतं. गेल्या वर्षी मी मालदीवला गेले होते, तेव्हा माझे बिकिनीमधले फोटो मी सोशल मीडियावर शेयर केले होते. मी जुनाट मतांची नाही, पण इतरांच्या सांगण्यावरून माझे आचारविचार ठरवले जाऊ नयेत. काही अपवाद वगळता... बॉलिवूड

अभिनेत्रीला अभिनय करता आला नाही तरी चालेल. तो गौण मुद्दा आहे. पण ती सर्वसामान्य प्रेक्षकांचं स्वप्नरंजन करणारी, ग्लॅमरस, लाखों दिलो की धडकन, खूबसूरत असली पाहिजे. मी अभिनयात येण्यापूर्वी स्वतःचं या नियमांत बसणारं ग्लॅमरस फोटो शूट कधी करवून घेतलं नाही. मी या असल्या मुद्द्यांवर कधी फोकसच नाही केलं! एखाद्या भूमिकेसाठी, त्या व्यक्तिरेखेला शंभर टक्के न्याय देण्यासाठी मी कधी मागे हटले नाही; पण अभिनेत्रींसाठी इतरांनी ठरवलेली चाकोरी मला मान्य नाही.

तुझा आगामी चित्रपट 'शाबास मितु' यातही तू महिला क्रिकेटियरची व्यक्तिरेखा केलीस. पुन्हा एकदा तू स्पोर्ट्‌समधलं व्यक्तिमत्त्व साकारते आहेस. किती अभ्यास केलास? वास्तविक भूमिका करण्याचं सतत प्रेशर येत नाही तुला?

वास्तववादी व्यक्तिरेखा साकारणं ही माझी जवाबदारी मानते मी आता... आजवर अनेक चित्रपटांमधून नायिकेचं काम म्हणजे नायकाला रिझवणं, त्याची होऊन जगणं हे तिचं पडद्यावरचं प्राक्तन होतं, जे मला पूर्वीही कधी पटलं नाही आणि मी या क्षेत्रात आल्यापासून तर नाहीच. एक स्त्री, एक अभिनेत्री होण्याचा हाच एक उद्देश असतो का? नाचणं, सुंदर दिसणं? क्रिकेटियर मिताली राज हिच्या भूमिकेला न्याय देण्यासाठी पुन्हा वजन घटवणं, क्रिकेट खेळणं, तिची मानसिक आंदोलनं समजून घेणं ही सगळी शारीरिक-मानसिक तयारी आवश्यक आहे, जी मी केली.

प्रेशरचं म्हणाल, तर प्रेशरपेक्षा जबाबदारी महत्त्वाची आहे मझ्यासाठी. मानसिक दडपणाचीदेखील सवय झाली मला. हो, कधीतरी हलके-फुलके रोलदेखील करावेसे वाटतात मला. मग 'जुडवा'सारखा चित्रपट करणं मला बरं वाटतं. एक प्रकारे रिलॅक्सेशन!

मी जर तेच करत राहिले, जे आजवर नायिका करत आल्यात, तर माझ्या इथल्या अस्तित्वाला काही अर्थच उरणार नाही!

अभिनयात धडाकेबाज भूमिका करत असताना स्वतः निर्माती होण्याची जबाबदारी घेणं कितपत सयुक्तिक वाटलं तुला?

जर एखादी स्क्रिप्ट आवडली, तर त्यावर स्वतः चित्रपट निर्माण करावा अशा हेतूने मी निर्माती झाले. माझा निर्माण केलेला चित्रपट बॉक्स ऑफिसवर चालावा ही स्वाभाविक इच्छा आहेच; पण बहुतेक चित्रपटांची निर्मिती व्यावसायिक यश डोळ्यांसमोर ठेवून होते. तरीही हे बदलत्या इंडस्ट्रीचं द्योतक आहे, की आता

प्रायोगिक चित्रपट - वास्तववादी चित्रपट निर्माण करणारी प्रॉडक्शन हाऊस आहेत. मी निर्माती झाले आहे, पण यशराज किंवा धर्मा प्रॉडक्शन्ससारखे रिसोर्सेस माझ्याकडे नाहीत. पण मी उत्तम सिनेमा निर्माण करेन असा विश्वास आहे मला. *लेट्स वेट अँड वॉच!*

अलीकडची काही वर्षं चंदेरी दुनियेत 'वंशवादा'चा (नेपोटिझमचा) मुद्दा अगदी ऐरणीवर आलाय. तुझं काय मत आहे? वंशवाद इंडस्ट्रीमध्ये आहे का? तुला त्याचा सामना करावा लागला का?

वंशवाद होताच पूर्वी, आजही अजिबात नाही असं नाही; पण त्याचं प्रमाण आताशा अल्प आहे. मी नॉनफिल्मी कुटुंबातून आले, पण यशस्वी ठरले. वंशवादामुळे माझ्या हातून काही चित्रपट गेलेही असतील; पण स्वत:वर विश्वास ठेवत सर्वसामान्य कुटुंबातून आलेल्या कलाकारांनी निराश होऊ नये. दुसरे चित्रपट मिळतील तुम्हाला... एक दरवाजा बंद होतो, तेव्हा दुसरा दरवाजा उघडतो. 'देर है पर अंधेर नहीं' यावर माझा विश्वास आहे. वंशवादाचा सामना मला फारसा करावा लागला नाही; कारण माझे चित्रपट नेहमीच वास्तववादी होते. त्यावर खूप मेहनत घ्यावी लागणार होती. त्यामुळे मी माझ्या मार्गानं जात राहिले.

★★★★★

* 9 7 8 9 3 8 9 8 3 4 7 7 2 *
FCW - #0233 - 061026 - C0 - 216/140/6 - PB - 9789389834772 - Matt Lamination